நாயன்மார் கதை

(முதல் பகுதி)

கி. வா. ஜகந்நாதன்

Title: Nayanmaar Kathai (Part I)

Author: Ki. Va. Jagannathan

Language: Tamil

First Published on: 1958

Year of Publication: 2024

Book Format: Paperback

*Page Size: 6inch * 9inch*

Category: Religious

Subject: Religious

No. of pages: 125

ISBN: 978-81-983571-4-4

Published by: Nilan Publishers, Madurai, Tamilnadu, India

பொருளடக்கம்

குறிப்புகளுக்காக

நாயன்மார் கதை

தமிழ் இலக்கியங்களில் நாயன்மார் கதைகளைச் சொல்லும் பெரிய புராணத்துக்கு ஒரு தனிச் சிறப்பு உண்டு. அது சரித்திரங்களைச் சொல்வதனால் இதிகாசம் என்று சொல்வதற்கு ஏற்ற பெருமையை உடையது; நாயன்மார்களுடைய வரலாற்றைக் கவிச்சுவையும் பக்திரசமும் துளும்ப உரைப்பது. சேக்கிழார் இயற்றியது பெரிய புராணம். மகாவித்துவான் மீனாட்சி சுந்தரம் பிள்ளையவர்கள் சேக்கிழாரை,

"பத்திச் சுவைநனி சொட்டச் சொட்டப் பாடிய கவிவலவ"

என்று பாராட்டுகிறார்.

இரண்டாம் குலோத்துங்கன் காலத்தில் வாழ்ந்தவர் சேக்கிழார்; சென்னையை அடுத்த குன்றத்தூரில் தோன்றினவர். சேக்கிழார் என்பது அவருடைய குலப்பெயர். அருள்மொழித் தேவர் என்பது இயற்பெயர். அவர் சோழ அரசனுடைய மந்திரியாக இருந்து விளங்கினார்.

இலக்கியங்களில் ஈடுபாடுடைய சோழ அரசன் சிவனடியார்களின் வரலாற்றைக் காப்பியமாகப் பாட வேண்டுமென்று விரும்பினான். அவனுடைய விருப்பத்தின்படியே சேக்கிழார் திருத்தொண்டர் புராணத்தைப் பாடத் தொடங்கினார். சிதம்பரத்துக்கு வந்து இறைவனுடைய சந்நிதானத்தில் இருந்து அதைப் பாடி அரங்கேற்றினார்.

தேவாரப் பாடல்களில் ஆழ்ந்த ஆராய்ச்சியும், தமிழ் நாட்டு ஊர்களைப் பற்றிய அறிவும் சேக்கிழாருக்கு நிரம்ப இருந்தன. சுந்தரமூர்த்தி நாயனார் பாடிய திருத்தொண்டத் தொகையே முதல் முதலாக அறுபத்து மூன்று நாயன்மார்களைப் பற்றிச் சொல்லுகிறது. 'தில்லைவா ழந்தணர்தம் அடியார்க்கும் அடியேன்" என்று தொடங்கும் அத் திருப்பதிகத்தை அடியொற்றி, முதல் ராஜராஜ சோழன் காலத்தில் வாழ்ந்த நம்பியாண்டார் நம்பிகள் நாயன்மார் வரலாற்றைத் தெரிந்து 'திருத்தொண்டர் திரு வந்தாதி' என்ற நூலைப் பாடினார். திருத்தொண்டத் தொகைக்கு வகையாக அது இருக்கிறது. சேக்கிழார் அந்த அந்தாதியை விரித்துப் புராணமாகச் சொன்னார். திருத்தொண்டத்தொகை தொகைநூல்; திருத்தொண்டர் திருவந்தாதி வகை; பெரியபுராணம் விரி. அதனால் பெரியபுராணத்துக்கு

'திருத்தொண்டத் தொகைவிரி' என்ற பெயரும் வழங்கும். திருத்தொண்டர் புராணம் என்பதே சேக்கிழார் வைத்த பெயர்.

பல காலமாக நாயன்மார் வரலாறுகளைத் தேடித் தொகுத்துச் சிந்தையில் தேக்கி இருந்தமையாலும், திருவருட்பலம் இருந்தமையாலும் சேக்கிழார் இந்தக் காவியத்தை அற்புதமாகப் பாடி முடித்தார். ஓர் ஆண்டு பெரியபுராண அரங்கேற்றம் சிதம்பரத்தில் அரசன் சேக்கிழாரை அரங்கேற்ற முடிவில் நடைபெற்றது. தன் வணங்கி, யானையின்மேல் ஊர்வலம் வரும்படி செய்தான். இரண்டு கைகளிலும் இரண்டு கவரிகளை ஏந்திச் சேக்கிழாருக்கு வீசினான். புவிச்சக்கரவர்த்தியாக இருப்பினும், தொண்டர் சீர் பரவ வல்லாருக்குரிய பெருமைக்கு முன் அவன் பணிவதற்குரியவன் என்ற உண்மையை உலகம் அறிந்து வியந்தது.

பெரிய புராணம் தமிழில் உண்டான நூல். இது தமிழ் நாட்டில் உலவத் தொடங்கிய பின், தேவார ஆராய்ச்சியும் நாயன்மார் வழிபாடும் மிகுதியாயின. சமயாசாரியர்களிடம் பக்தி
வளர்ந்தது. சிவபக்தி ஓங்கியது. சைவம் தழைத்தது.

பெரிய புராணம் தேவாரத்துக்கு உரை கூறும் நூல்; நாயன்மார் வரலாற்றைக் கூறும் சரித்திரம்; சொற்பொருள் இன்பம் தரும் காப்பியம்; சிவபக்தியை ஊட்டும் இலக்கியம்; படிப்பாருக்கு அமை தியையும் பண்பையும் உண்டாக்கும் தெய்விகப் பனுவல்.

----

1. தில்லை வாழ் அந்தணர்

சுந்தர மூர்த்தி நாயனார் திருத்தொண்டத்தொகை பாட முற்பட்டபொழுது இறைவனே, "தில்லைவாழ் அந்தணர்தம் அடியராக்கும் அடியேன்" என்று முதல் எடுத்துக் கொடுத்தருளினான். சிவபெருமானுடைய திருவாக்கால் பாராட்டப் பெற்ற சிறப்புடை யோர் தில்லை வாழ் அந்தணர்.

தில்லைவாழ் அந்தணர் மூவாயிரம் பேர். ஸ்ரீ நடராசப் பெருமானை வழிபட்டுப் பூசை புரிவதே தம்முடைய தவமாகவும் வாழ்க்கைப் பயனாகவும் கொண்டவர்கள் இவர்கள். வேதமும் ஆகமமும் கற்ற அறிவினர். அந்தணர்களுக்குரிய ஒழுக்கத்தினின்றும் பிறழாமல் எரியோம்பி நான்மறையும் ஆறங்கமும் பயின்று, திருநடம் புரியும் பெருமானுக்கு ஆளாக நிற்பதையே செல்வமாகக் கொண்டவர்கள்.

பிறர் இறைவனைப் பூசித்து வழிபடுவதனாலேயே வேறு ஒரு பயன் உண்டென்று நினைப்பார்கள். தில்லை மூவாயிரவரோ அவனுடைய அணுக்கத் தொண்டு செய்து வாழ்வதையே இன்பப் பேறாகக் கொள்பவர்கள். தானத்திலும் தவத்திலும் தலைசிறந்து நிற்பவர்கள்.

கோயில்கள் பல இருந்தாலும் கோயில் என்றவுடன் தில்லையை நினைப்பது சிவனடியார் மரபு. அதற்குக் கோயில் என்றே ஒரு பெயர் வழங்கும். மற்ற எல்லாக் கோயில்களிலும் சிறந்ததாதலால் அப்பெயர் பெற்றது. அத்தகைய சிறப்பைப் பெற்ற திருக்கோயிலில் இறைவனுடைய திருமேனியைத் தீண்டி வழிபடும் பேறு பெற்றவர்கள் என்றால், தில்லைவாழ் அந்தணர் பெருமை எவ்வளவு உயர்ந்ததாக இருத்தல் வேண்டும்!

"சுந்தரமூர்த்தி சுவாமிகள் திருத்தொண்டத் தொகை பாடத் தொடங்கும்போது, ஆரூரப் பெருமான் தம்முடைய திருவாக்காலே கோத்த முதல் நாயனார் கூட்டமாக இருப்பவர் என்றால், இவர் பெருமை சொல்லி அளவிடத் தக்கதோ?" என்று சேக்கிழார் பாடுகிறார்.

"இன்றிவர் பெருமை எம்மால் இயம்பலாம் எல்லைத் தாமோ?

தென்றமிழ்ப் பயனா யுள்ள திருத்தொண்டத் தொகைமுன் பாட
அன்றுவன் தொண்டர் தம்மை அருளிய ஆரூர் அண்ணல் மு
ன்திரு வாக்கால் கோத்த முதற்பொருள் ஆனார் என்றால்."

----

2. திருநீலகண்ட நாயனார்

தில்லை மாநகரில் இறைவனுடைய அடியார்களிடம் எல்லையிலா அன்புடையவராகி வாழ்ந்தவர் திருநீலகண்டர். சிவனடியார் உணவு ஏற்று உண்ணும் திருவோடுகளைச் செய்து செய்து அடியார்களுக்கு வழங்கும் சிறந்த தொண்டை அவர் செய்து வந்தார். இறைவன் தேவர்கள் அமுதை உண்ணுவதற்காகத் தான் நஞ்சுண்ட பெருங் கருணையை நினைந்து அப்பெருமானுடைய திருக்கழுத்தைப் போற்றித் திருநீலகண்டம் என்று சொல்லிப் பாராட்டுவார்.

இத்தகைய பக்தர் இளமையின் மிடுக்கால் புறத்தொழுக்கம் உடையவராகி இருந்தமையால் அவருடைய மனைவியார் ஒரு நாள், "திருநீலகண்டத்தின் மேல் ஆணை: எம்மைத் தீண்டக்கூடாது" என்று சொன்னார். அதைக் கேட்ட நாயனாருக்கு உணர்வு உண்டாயிற்று. தாம் செய்த பிழையை நினைந்து இரங்கினார். தம்முடைய உள்ளத்தில் என்றும் மறவாமல் நினைக்கும் திருநீலகண்டத்தின்மேல் ஆணையிட்டுச் சொன்னமையால் அச் சொல் அவருக்கு மிக உறைத்தது. "இனி நான் உன்னைத் தீண்டுவதில்லை. எம்மைத் தீண்டக்கூடாது என்றமையால் பெண்குலத்தினர் யாரையுமே தீண்டுவதில்லை" என்று ஆணை கூறி அது முதல் காம இன்பத்தைத் துறந்து வாழ்ந்தார்.

இல்வாழ்க்கையில் மற்ற அறம் யாதும் தடையின்றி நடைபெற கணவரும் மனைவியும் இன்பம் துய்க்காமல் வாழ்ந்தார்கள். இது புற உலகத்துக்குத் தெரியாமலே இருந்தது. இந்த விரதம் தவறாமல் வாழ்ந்து பல காலம் செல்ல, அவ்விருவரும் முதுமையை அடைந்தனர்.

அப்போது இறைவன் அவர்களுடைய பெருமையை உலகுக்கு வெளிப்படுத்தும் பொருட்டு. ஒரு சிவனடியாராக வேடம் புனைந்து தன் கையில் ஓடு ஒன்று ஏந்தித் திருநீலகண்டரை நாடி வந்தான். அவனை வரவேற்று வேண்டிய உபசாரங்களை யெல்லாம் செய்தார். திருநீலகண்டர். அப்பால், "அடியேன் தேவரீர் திறத்துச் செய்யும் பணியாது?" என்று கேட்டார். அடியாராகி வந்த சிவபெருமான் தன் கையில் உள்ள ஓட்டைக் காட்டி, "இது கிடைப்பதற்கரியது. விலை மதிப்பிடற்கரியது. இதுபோன்ற

ஒன்றை மூவுலகத்தினும் பெற இயலாது. இதனை உம்மிடம் வைத்துச் செல்கிறேன், மீண்டும் வந்து கேட்கும்போது கொடுக்கவேண்டும்" என்று கூறினான். நாயனார் அப்படியே செய்வதாகச் சொல்லி அதை வாங்கிப் பாதுகாப்பான ஓரிடத்தில் வைத்தார். வந்த அடியார் விடைபெற்றுக் கொண்டு சென்றார்.

சிலகாலம் சென்ற பிறகு சிவபெருமான் தான் தந்த ஓட்டைத் திருநீலகண்டர் வைத்த இடத்திலிருந்து மறையச் செய்து விட்டு அவரிடம் சென்று, "என் ஓட்டைத் தா" என்றான். நாயனார் ஓட்டை வைத்த இடத்தில் போய்ப் பார்த்தார். அங்கே அது இல்லை. வேறு இடங்களில் எல்லாம் தேடியும் கிடைக்கவில்லை. அடியாரிடம் வந்து, "அந்த ஓட்டைக் காணவில்லை. இன்னும் சிறந்த ஒடு ஒன்றை நான் தருகிறேன்'' என்றார். அடியாரோ சினம் மூண்டு, "அப்பொழுதே இந்த ஓட்டின் அருமையைச் சொன்னேனே! எனக்கு அதுதான் வேண்டும்" என்று வற்புறுத்தினார். திருநீல கண்டரோ ஒன்றும் செய்ய-மாட்டாது விழித்தார். "சுவாமி, நான் வேண்டுமென்று அதைக் கெட்டுப் போக்கவில்லை. என்னை மன்னித் தருள வேண்டும்" என்றார்.

"அப்படியானால், 'நான் அதை எடுக்கவில்லை' என்று சத்தியம் செய்து தருவீரா?" என்று கேட்டான் இறைவன். "செய்து தருகிறேன்" என்றார் நாயனார். "உம்முடைய மகன் கையைப் பிடித்துக்கொண்டு குளத்தில் மூழ்கிச் சத்தியம் செய்து தாரும்" என்றான் வேடம் பூண்டு வந்த வித்தகன். "எனக்கு மகன் இல்லையே!" என்று கூறினார் நாயனார். "இல்லாவிட்டால் உம்முடைய மனைவியின் கையைப் பற்றி மூழ்கிச் சத்தியம் செய்யும்" என்றான் மாயம் வல்ல மகேசன்.

இப்போது நாயனாருக்குத் தர்ம சங்கடமான நிலை வந்தது. தம் மனைவியைத் தாம் தீண்டுவதில்லை என்பதை வெளியிடுவதா என்ற யோசித்தார், கடைசியில், "அவ்வாறு செய்வதற்கில்லை" என்றார்.

"நீ வேண்டுமென்றே என் ஓட்டை ஒளித்து வைத்து விட்டுச் சத்தியம் செய்யமாட்டேன் என்கிறாய். இந்த அக்கிரமத்தைத் தில்லை வாழந்தணர்களுடைய தர்ம சபையில் முறையிடுவேன்'' என்று சொல்லி,

நாயனாரையும் அழைத்துக்கொண்டு சென்று, அவையினர் முன் தன் வழக்கை இறைவன் எடுத்துரைத்தான். திருநீலகண்ட நாயனார் ஓட்டைத் தாம் ஒளித்துவைக்கவில்லை யென்றும், அது கெட்டுப் போயிற்றென்றும் கூறினார்.

"அப்படியானால் சத்தியம் செய்து தருவதுதானே முறை?' என்று அவையினர் சொல்ல, நாயனார் திருப்புலீச்சரத்துக்கு அருகிலுள்ள திருக்குளத்துக்குச்சென்று ஒரு மூங்கில் தடியை எடுத்து ஒரு பக்கத்தைத் தாம் பிடித்துக்கொண்டு, மற்றொரு பக்கத்தைத் தம் மனைவியாரைப் பற்றிக்கொள்ளச் சொல்லி மூழ்கப் போனார். அப்போது வழக்கிட்ட மறைமுனிவன், "கையைப்பற்றிக் கொண்டு மூழ்கினால்தான் நான் நம்புவேன்" என்று சொன்னான்.

இந்த நிலையில் தம்முடைய விரதத்தை யாவரும் கேட்கச் சொல்வதையன்றி வேறு வழியில்லாமல், அந்த வரலாற்றை ஆதிமுதல் சொல்லிவிட்டுக் குளத்தில் மூழ்கினார். மூழ்கி எழுந்த அளவில் அவ்விருவரும் இளமைப் பருவத்தை மீட்டும் அடைந்தவர்களாய் எழுந்தார்கள். அது கண்டு யாவரும் வியந்தார்கள். மறையவனாகி வந்த சிவபிரான் தன் கோலத்தை மாற்றி விடையின்மேல் எழுந்தருளிக் காட்சி கொடுத்தான்.

பின்பு நாயனாரும் அவர் மனைவியாரும் இளமை நீங்காமல் பல காலம் இவ்வுலகில் வாழ்ந்து அப்பால் இறைவனுடைய திருவருளைப் பெற்றுப் பேரின்ப வாழ்வை அடைந்தார்கள்.

----

3. இயற்பகை நாயனார்

பூம்புகாராகிய காவிரிப்பூம் பட்டினத்தில் வணிகர் குடியில் பிறந்தார் இயற்பகையார். சிவனடியார்களுக்கு ஏவல் செய்வதையும் அவர்களுக்கு வேண்டியவற்றை இல்லை-/யென்னாமல் கொடுப்பதையும் தலைசிறந்த அறமாகக் கொண்டு வாழ்ந்தார் அவர்.

அவருடைய பெருமையை உலகுக்கு வெளிப்படுத்த எண்ணிய சிவபெருமான் சிங்கார வேடத்துடன் அவரை அணுகினான். இயற்பகையார் பெருமானைச் சிவனடியாரென்ற எண்ணத்தால் வரவேற்று வழிபட்டார். "நீர் சிவனடியார் வேண்டுவனவற்றை யெல்லாம் தருகிறீர் என்று கேள்விப்பட்டோம். நமக்கு வேண்டியதை உம்மிடம் வாங்கிக்கொண்டு போகலாம் என்று வந்தோம்" என்றார் வந்த அடியார்.

இயற்பகையார், "என்பால் உள்ளது எதுவானாலும் தேவரீருக்குத் தருகிறேன்'' என்று சொல்லவே, சோதனைசெய்வதற்காக வந்திருந்த பெருமான், "உம்முடைய மனைவியை: வேண்டி வந்தேன்" என்றான்.

இதைக் கேட்ட நாயனார் திடுக்கிடவில்லை; முனிவு கொள்ள வில்லை. "என்னிடம் உள்ள பொருளையே கேட்டீர்கள்" என்று மகிழ்ச்சியே அடைந்தார். உடனே தம் மனைவியை அழைத்து. "இன்று உன்னை இந்தப் பெரியவருக்குக் கொடுத்துவிட்டேன்'' என்று சொல்ல. மனைவி முதலில் மனம் கலங்கினாலும், கணவன் சொன்னபடி செய்வதே கற்பின் திறமென்று தெளிந்து, வந்த அடியாரை வணங்கி நின்றாள்.

"இன்னும் நான் என்ன செய்யவேண்டும்?" என்று இயற்பகையார் அடியாரைக் கேட்க அவர், "நான் உன் சுற்றத்தாரையும் இந்த ஊரையும் கடந்து செல்லுமட்டும் நீ துணையாக வரவேண்டும்" என்றார். நாயனார் ஆடையை இறுக்கிக் கொண்டு கையில் வாளும் கேடயமும் எடுத்துக்கொண்டு. அடியாரையும் தம் மனைவியையும் முன்னே போகச் செய்து, பின்னே அவர்கட்குப் பாதுகாப்பாகச் செல்லலானார்.

சுற்றத்தார் இந்தச் செய்தியை அறிந்து ஆயுதங்களு டன் வந்து அவர்களை மறித்தார்கள். அப்போது இயற்பகையார் அவர்களுடன் போரிட்டுப் பலரைத் துணித்து வீழ்த்தினார்; சிலர் ஓடிப்போய் விட்டார்கள். அப்பால் பெருமானையும் தம் மனைவியையும் சாய்க்காடு என்னும் இடம் வரைக்கும் உடன்போய் விட்ட போது, "நீர் இனிப் போகலாம்" என்று அடியார் சொல்ல, நாயனார் திரும்பிக்கூடப் பாராமல் மீண்டார்.

அப்படி மீளும்போது சிவனடியார், "இயற்பகையாரே ஓலம் ஓலம்" என்று கூவினார். சுற்றத்தாரில் உயிர் பிழைத்தவர் யாராவது அவர்களைத் தடுக்கிறார்களோ என்று எண்ணி 'இயற்பகையார் திரும்பி அவர்களை நோக்கி ஓடினார். அப்போது இறைவன் நாயனாருடைய மனைவியை விட்டு விட்டு மறைந்தான். இயற்பகையார் தம் மனைவி மாத்திரம் தனியே நிற்பதைக் கண்டு திகைத்து நின்றபோதே. சிவபெருமான் இடப வாகனத்தின்மீது எழுந்தருளி அவ்விருவருக்கும் காட்சி கொடுத்தருளினான். பிறகு இறைவன் திருவருளால் அவ் விருவரும் சிவலோக பதவி பெற்றார்கள்.

சிவபெருமானுடைய அடியார்கள் பல வகையில் தம்முடைய அடிமைத் திறத்தை வெளிப்படுத்தி யிருக்கிறார்கள். சிவபக்தி முதிர முதிர உலகில் உண்டான பற்றுக்கள் மெல்ல மெல்லக் கழன்று விடும். தமக்குரிய பொருள்களையும், தம் இன்பத்துக்குரிய பொருள்களையும், உடலுறுப்புக்களையும், தம் உயிரையுமே தியாகம் செய்யும் நிலை அந்தப் பக்தர்களுக்கு உண்டாகும்.

சிவனடியார்களுக்கு எப்பொருளையும் ஈயும் மனப்பான்மை மிக மிக உயர்ந்தது. பொன்னையும் பொருளையும் கொடுத்தவர் உண்டு; பிள்ளையைக் கொடுத்தவர் உண்டு; மனைவியை அளித்தவர் உண்டு; கண்ணைக் கொடுத்தவர் உண்டு; உயிரையே கொடுக்க முற்பட்டவர்களும் இருந்தார்கள். தம் பொருள் என்ற பற்றுக் கழன்றபோது அந்தப் பொருள் எத்தகையது என்ற ஆராய்ச்சிக்கு இடம் இல்லை.

இதுபற்றி ஸ்ரீ ஆறுமுக நாவலர் எழுதியிருக்கும் சமாதானம் இங்கே பயன்படும் :

'ஒரு காமக் கிழத்திமேல் அதிதீவிரமாய் முறுகி வளரும் காமத்தினாலே விழுங்கப்பட்ட மனசை உடைய ஒருவன், தனக்கு உரிய எப்பொருள்களையும் தான் அநுபவித்தலினும், அவள் அநுபவிக்கக் கண்டாலே தனக்கு இன்பமாகக் கொள்ளுதல்போல, தமக்குச் சிவன் எனவே தோன்றும் சிவனடியார்கள் மேலே அதிதீவிரமாய் முறுகி வளரும் அன்பினாலே விழுங்கப்பட்ட மனசையுடைய இந்நாயனார், தமக்கு உரிய எப்பொருள்களையும் தாம் அநுபவித்தலினும், அவ்வடியார்கள் அநுபவித்தலைக் கண்டாலே தமக்கு இன்பமாகக் கொள்ளும் இயல்புடையார். ஆதலால் அன்றோ, தம்மிடத்துள்ள பொருள்களுள் அவ்வடியார்கள் கேட்பன யாவையோ அவை எல்லாம் சிறிதாயினும் மறாது உண் மகிழ்ச்சியோடு கொடுக்கும் பெருந்தகைமையிற் சிறந்து விளங்கினார். இவரிடத்துள்ள இம்மெய்யன்பைச் சர்வான் மாக்களும் உணர்ந்து உய்யும்படி உணர்த்துவதற்குத் திருவுளம் கொண்ட கிருபா சமுத்திரமாகிய சிவன், ஆன்மாக்களுக்கு உலகத்துப் பொருள்களுள் மனைவியினும் இனிய பொருள் பிறிது இல்லாமையால், சிவனடியார் வேடம் கொண்டு வந்து, இவரிடத்தே இவர் மனைவியையே கேட்க, இவர் கற்பினிற் சிறந்து விளங்கும் அம் மனைவியையும் மறாது பெருமகிழ்ச்சியோடு கொடுத்தார். இதனால் இவர், "பனி மலர்க்குழற் பாவை நல்லாரினும்" சிவனே தமக்கு இனியன் என்று கொண்டார் என்பது துணியப்படும். அன்றியும் இவர் உயர் குடிப் பிறப்பினாலும் பெருஞ் செல்வத்தினாலும் உலகத்தாராலே நன்கு மதிக்கப்படுவோராய் இருந்தும், தாம் பிறருக்கு மனைவியைக் கொடுப்பின் உலகத்தாராலே பழிப்புரை உண்டாகும் என்பது நோக்கிற்றிலர். இதனால் இவர் மனசைச் சிவபக்தியே விழுங்கிற் றென்று துணிக. இவர், "நாடவர் பழித்துரை பூணதுவாக'க் கொண்டமையும் தேர்க.'

இத்தகைய மனநிலை மிக மிக உயர்ந்த பக்தி உடையவர்களுக்குத்தான் வரும். அந்த நிலையை உணர்ந்துகொள்வதற்கே ஒருவகை மனநிலை வேண்டும். இறைவனுடைய காதல் முறுகினபோது ஒரு தலைவி, "அன்னையையும் அத்தனையும் அன்றே நீத்தாள்; அகன்றாள் அகிலத்தாள் ஆசாரத்தை" என்று திருநாவுக்கரசர் பாடுகிறார். அறத்தின் வழியே பொருளீட்டி இன்பம் துய்க்கும் உலகியல் நெறியில் வாழ்வாருக்கு அமைந்த ஒழுக்க முறை இவர்களிடத்திலிருந்து நழுவிவிடும். அகிலத்தார்

ஆசாரத்தை அளவு கோலாகக் கொண்டு இவர்களுடைய வாழ்க்கையை அளக்க இயலாது. இவர்களுக்கு இவர்கள் நின்ற நெறியே நெறி. பிறர் அப்படி நடக்கவேண்டும் என்று எடுத்துக் காட்டாக அமைந்த நெறி அன்று இது. இலக் கணங்களில் சில சிறப்பான தகுதியினால் புறநடைகள் அமைந்திருக்கும். அதுபோலப் பக்தியினாலும் ஞானத்தினாலும் உயர்ந்து நின்றவர்களின் செயல்களுக்கு மற்றையோர் வாழ்க்கைக்குரிய இலக்கணத்தை இலக்கணமாகக் கொள்ளக் கூடாது. அவர்களுக்கு அந்த நெறியே இலக்கணம். அதைப் பிறர் தமக்குரிய இலக்கணமாகவும் கொள்ளக்கூடாது. பக்தியில் முறுகி நிற்க-வேண்டுமென்ற குறிக்கோள் ஒன்றை மாத்திரம் அவர்களிடமிருந்து நாம் கற்றுக் கொள்ள வேண்டும். அந்த நிலை நமக்குக் கிடைக்குமானால் நாம் வேறு ஏதேனும் ஒரு வகையில் அகிலத்தார் ஆசாரத்தை அகன்று நிற்போம்.

இதனை நினைந்தே சேக்கிழார் இயற்பகையாரை, "உலகியற் பகையார்" என்று சொல்கிறார். உலகத்தின் இயல்பான நெறிக்கு விரோதமாக நடப்பவர் என்று கொள்ள வேண்டும். உலகுக்கு விரோதமாக நடக்கவேண்டும் என்று எண்ணிச் செய்வது அன்று அது. தூங்குகிறவனுக்குத் தூக்கம் முறுகினபோது கையிலே பற்றிய பண்டம் எதுவானாலும் நழுவுவதுபோல, முறுகிய பக்தியில் உலகியல் தானே கழன்றுவிடும். தூங்குகிறவன் தன் கையில் உடையும் கண்ணாடிப் பாத்திரம் வைத்திருந்தாலும் நழுவ விடுவான்; விலை யுயர்ந்த மாணிக்கத்தை வைத்திருந்தாலும் நழுவ விடுவான். அதே நிலையில் இத்தகையோர் தியாகம் செய்கையில் இன்ன பொருள்தான் கொடுக்கலாம் என்ற வரையறையோ, இதைக் கொடுக்கலாமா என்ற ஆராய்ச்சியோ, இதைக் கொடுத்தால் இன்னது நேருமே என்ற அச்சமோ இல்லாமல் இருப்பார்கள்.

ஆகவே இயற்பகையார் அடியார்களிடத்துக் கொண்ட முறுகிய பக்தி நிலையில், 'மனைவியைக் கொடுக்கலாமா?' என்ற யோசனை எழவே இடம் இல்லை.

----

4. இளையான்குடி மாற நாயனார்

இளையான்குடி என்னும் ஊரில் மாறனார் என்ற வேளாளச் செல்வர் ஒருவர் இருந்தார். அவர் சிவனடியார் எவரானாலும் எத்தனை பேர் வந்தாலும் அவர்களை வரவேற்று வழிபட்டு உபசரித்து விருந்து செய்வித்து அனுப்புவது வழக்கம். இறைவன் அருளால் பெருஞ் செல்வராக இருந்தமையால் இந்தத் திருத்தொண்டு நல்லோர் போற்றும்படி இடையறாது நிகழ்ந்து வந்தது.

'கையில் பொருள் இருந்தால் யாரும் இப்படி விருந்து போட லாம்' என்று எவரேனும் நினைத்திருக்கலாம். வறுமை வந்து அடைந்தாலும் தம்முடைய தொண்டை இறுதி வரையில் செய்யும் மனப்பாங்குடையவர் மாறனார் என்பதை உலகுக்குக் காட்ட வேண்டி, இறைவன் அவருக்கு வறுமை வந்து அடையும்படி செய்தான். இளையான் குடி மாற நாயனார் அப்போதும் மாகேசுவர பூசை செய்வதில் இளையாதவராகித் தம் கையில் உள்ள பொருளை யெல்லாம் விற்றுத் தம் தொண்டைப் புரிந்து வந்தார்.

ஒரு நாள் நள்ளிரவு. மழைக் காலமாதலால் மழை சோவெனப் பெய்து கொண்டிருந்தது. தம்மிடம் இருந்த நெல்லில் ஒரு பகுதியைக் குத்தி அன்பர்களை உண்பித்தார் மாறர். மற்றொரு பகுதியைத் தம்முடைய வயலில் தெளித்திருந்தார்.

அவருக்கும் அவருடைய மனைவிக்கும் உணவு இல்லாமல் போயிற்று. அன்று அவர்கள் பட்டினியாகவே படுத்துக் கொண்டார்கள்.

அந்த நள்ளிரவில் இறைவன் ஓர் அடியவர் வேடம் பூண்டு மாற நாயனார் வீட்டை அடைந்தார். வந்த தொண்டரை வரவேற்று அவர் மேல் உள்ள ஈரத்தைத் துடைத்து அமரச் செய்து, அவர் பசியை ஆற்ற வழி தேடலானார். தம்முடைய மனைவியாரிடம், "இவ்வடியார் மிகப் பசித்திருக்கிறார். இவருக்கு உணவு அருத்த வேண்டும். என் செய்வது?' என்று கேட்டார்.

"வீட்டில் ஒரு பண்டமும் இல்லை. அயலார் அனைவரையும்கேட்டு வாங்கிய பண்டங்களுக்கும் அளவு இல்லை. இனி நமக்குக் கொடுப்பார்

யாரும் இல்லை. இப்போது நள்ளிரவு வேறு. துர்ப்பாக்கியமுடைய யான் என் செய்வேன்!" என்று அந்த மங்கை நல்லார் வருந்தினார். பிறகு ஏதோ ஓர் எண்ணம் தோன்றவே, "காலையில் விதைத்த நெல்லை வாரிக்கொண்டு வந்தால் சமைத்துப் போடலாம்" என்று சொன்னார்.
நாயனார் புதையல் எடுத்தவரைப்போல மிக்க மகிழ்ச்சிஅடைந்து ஒரு கூடையை எடுத்துக்கொண்டு வயலுக்கு ஓடினார்.வீட்டிலே சிவனடியாரைச் சற்றே படுத்திருக்கச் சொல்லிவிட்டு அந்த நள்ளிரவில் கொட்டும் மழையில் வயலுக்கு ஓடினார். வயலை அடைந்து பெரு வெள்ளத்தில் மிதந்த முளை நெல்லைக் காலினால் தடவிப் பார்த்துக் கையினால் வாரி வாரிக் கூடையில் நிரப்பினார். பிறகு அந்தக் கூடையைத் தலையில் சுமந்து கொண்டு வந்தார்.

"ஐயோ! சமைக்க விறகு இல்லையே!" என்று அவர் மனைவியார் வருந்தினார்.

நாயனார் சற்றும் யோசிக்காமல் வீட்டு மேற் கூரையில் கட்டியுள்ள கொம்புகளைப் பிரித்துக் கொடுத்தார். அம்மையார் அடுப்பு மூட்டி முளை நெல்லை முதலில் வறுத்துப் பின்பு குத்தி அரிசியாக்கி உலையிலிட்டார். கறியமுதுக்கு என்ன செய்வோம் என்று யோசித்த போது வீட்டுக்கொல்லையில் போட்டிருந்த பயிர்க்குழி நினைவுக்கு வந்தது. மிக இளைய பயிராக இருந்த அதை அப்படியே பறித்துக் கொண்டு வந்து நாயனார் கொடுத்து, "அடியவர் மிகப் பசித்தார்; விரைவிலே உணவு சமைத்துப் போடவேண்டும்" என்றார்.

அவருடைய உள்ளம் போல ஏவல் புரியும் அம்மையார், அந்தப் பயிரைக் கொண்டு கறியமுது சமைத்தார். ஒருவாறு உணவு சமைத்தான பிறகு, நாயனார் சிவனடியாரை அழைப்பதற்காக அவர் படுத்திருந்த இடத்துக்குச் சென்றார். சென்று, "சுவாமி, அமுது செய்ய எழுந்தருள வேண்டும்" என்று எழுப்பியபோது இறைவன் சோதிப் பிழம்பாகத் தோன்றினான். அதைக் கண்டு நாயனாரும் அவர் மனைவி யாரும் திகைத்து நிற்க, இறைவன் உமாதேவியாரோடு இடபத்தின் மேல் எழுந்தருளும் கோலங்காட்டி, "அன்ப, நீயும் நின் மனைவியும் சிவலோகத்தில் இன்புற்று வாழ்வீர்களாக!" என்று அருள் செய்து மறைந்தான்.

விருந்தினரை உண்பித்தலே இல்லறத்தின் தலையாய இலக்கணம். அதிலும் சிவனடியாருக்கு விருந்தளித்தல் இம்மைப் பயனும் மறுமைப் பயனும் ஒருங்கே தரவல்லது. பொருள் இருந்தால் அறம் செய்ய இயலும் என்பது உண்மை அன்று. மனம் இருந்தால்தான் அறம் செய்ய முடியும். பொருள் இல்லாத நிலையிலும் மனத்தில் துணிவு இருந்தால் எப்படியேனும் அறம் செய்வார்கள். இளையான்குடி மாற நாயனார் வறுமையிலும் அடியார்க்கு உணவு அளித்தார். முளை நெல் என்றும் பாராமல், விதைத்து விட்டோமே என்றும் எண்ணாமல், நள்ளிரவாயிற்றே என்றும் தடையுறாமல், அடியார் பசியோடு இருக்கிறாரே என்ற எண்ணம் ஒன்றையே கொண்டு வயலுக்குச் சென்று முளை நெல்லை வாரி வந்தார். தாம் உண்ணாமல் இருந்ததையும் பொருட்படுத்தாமல் அடியார் பசியைப் போக்க முந்தினார். இறைவனிடத்திலும் அடியாரிடத்திலும் முறுகிய பக்தி இருந்தாலன்றி, இத்தகைய செய்கையைச் செய்வது இயலாது. செயற்கரிய இந்தச் செய்கையைச் செய்ததனால்தான் இவர் நாயன்மாருள் ஒருவராக எண்ணும் பெருமையை அடைந்தார்.

----

5. மெய்ப்பொருள் நாயனார்

திருக்கோவலூரைத் தலைநகராகக் கொண்டு சேதி நாட்டை ஆண்டு வந்தார் மெய்ப்பொருள் என்னும் சிற்றரசர். வேத நெறியும் சைவ நெறியும் தழைக்கும் வண்ணம் ஆவன புரிந்து வந்தார். இறைவனுடைய அடியார்களைக் கண்டால் வணங்கி உபசரித்து அவர்களுக்கு வேண்டியவற்றை வழங்குவது அவருடைய வழக்கம்.

அடியார்களுக்கு எளியவராக இருந்தாலும் பகைவர்களுக்கு அவர் அரியவராக இருந்தார். தம்முடைய வீரத்தால் மாற்றலர்களை வென்று புகழ் கொண்டார்.நீதி நெறியை நிலை நிறுத்தி வாழ்ந்தார்.

அவரோடு பன்முறை போர் புரிந்து அவர் முன் நிற்க மாட்டாமல் தோல்வியுற்றான் முத்திநாதன் என்னும் அரசன். "இவரை வீரத் தால் வெல்லுவது அரிது; வேறு வழியில்தான் வெல்லவேண்டும்" என்று அவன் எண்ணினான். "மெய்ப்பொருள் மன்னர் திருநீறும் கண்டிகையும் அணிந்த கோலம் உடையவரைக் கண்டால் பணிவுடையராகி வேண்டுவனவற்றைக் கொடுப்பர்" என்பதை அறிந்து, தானும் சைவ வேடம் பூண்டு அவரை வெல்லலாம் என்று தீர்மானித்தான்.

உடம்பெல்லாம் திருநீற்றைப் பூசி ருத்திராட்சத்தையும் அணிந்து கொண்டான் முத்திநாதன். கையிலே புத்தகம் வைக்கும் உறை ஒன்றை ஏந்தி அதற்குள் ஒரு கத்தியைச் செருகி மறைத்து வைத்துக் கொண்டு திருக்கோவலூரை நோக்கிப் புறப்பட்டான். பகையரசனாக வந்தால் புகுவதற்கரிய அந்நகரில் முத்திநாதன் யாதொரு தடையு மின்றிப் புகுந்தான். மன்னவனுடைய இயல்புக்கு ஏற்ப மாநிலக் குடிகளும் இருப்பார்கள். ஆதலினால் யாரும் அவனைத் தடை செய்யாமல் அவன் வேடத்தைக் கண்டு வணங்கினர். அவன் அரண்மனைக்குள்ளும் புகுந்தான். வாயில் காவலர் அவனை விட்டுவிட்டனர். கடைசியில் மெய்ப்பொருள் தங்கியிருந்த இடத்தில் காவல் புரிந்து நின்ற தத்தன் என்பவன், "அரசர்பிரான் உள்ளே துயிலுகின்றார். செவ்வி தெரிந்து உள்ளே எழுந்தருள வேண்டும்" என்று சொல்ல, அதனைப் பொருட்படுத்தாமல் முத்திநாதன் உள்ளே புகுந்தான்.

அங்கே மன்னர் துயின்று கொண்டிருப்ப, அருகில் அவர் மனைவி. இருப்பதை முத்திநாதன் கண்டான். அவனைக் கண்டவுடன் அரசி கீழே இறங்கித் தம் கணவரை எழுப்பினாள். துயிலெழுந்த மெய்ப் பொருள் எதிரே சிவனடியார் ஒருவர் இருப்பதைக் கண்டு வணங்கி, "மங்கலம் பெருகும்படியாகத் தேவரீர் இவ்வாறு எழுந்தருளியதற்குக் காரணம் என்ன?" என்று கேட்டார். அப்போது முத்திநாதன்,"சிவ பெருமான் முன்பு திருவாய் மலர்ந்தருளிய ஆகம நூல் ஒன்று எனக்குக் கிடைத்தது. அது உலகில் எங்கும் கிடைப்பதற்கரியது. அதை உனக்கு உபதேசிக்க வேண்டுமென்று கொண்டு வந்தேன்" என்றான்.

உடனே மெய்ப்பொருளார் தம்முடைய தேவியை அனுப்பிவிட்டுச் சிவ வேடங்கொண்ட முத்தி நாதனை உயர்ந்த ஆதனத்தின் மேல் இருத்தி, "பெரும் பேறு எனக்கு வாய்த்தது" என்று சொல்லி, "அருள் செய்ய வேண்டும்" என்று பணிந்தார். அப்படி அவர் வணங்கும் போது அந்த வஞ்சகன் புத்தக உறையிலிருந்து கத்தியை உருவிக் குத்திவிட்டான்.

அவன் அப்படிச் செய்தபோதும் தாம் பணிவதற்குரிய சிவ வேடம் அவனிடம் இருந்தமையால் மெய்ப்பொருளார் சிறிதும் தளராமல் அவனைத் தொழுதார். உயிருக்கே ஆபத்து நேர்ந்தபோதும் சிவ வேடத்துக்கு மதிப்பளித்து வணங்கும் தம்முடைய வழக்கத்தினின்று வழுவித் தோல்வியுறாமல் அவர் வெற்றி பெற்றார்.

முன்பே முத்திநாதனுடைய போக்கைக் கண்டு ஐயமுற்றிருந்த வாயில் காவலனாகிய தத்தன் உள்ளே புகுந்து தன் வாளை உருவி அவனைக் குத்தப் போனான். அப்போது மெய்ப் பொருளார் தம் கையால் அவனைத் தடுத்து, "தத்தா, இவர் நம்மைச் சேர்ந்தவர்" என்று சொல்லிக் கீழே விழுந்தார். தத்தன் அவரை அணுகி, "நான் என்ன செய்வது?" என்று கேட்டபோது, "இந்த மெய்த் தவரை இந்த ஊரின் எல்லையளவும் கொண்டு சென்று, நகரமாந்தரால் எந்த இடை யூறும் விளையாமல் பாதுகாத்துக்கொண்டு போய் விடுக" என்றார்.

தத்தன் அவ்வாறே கொண்டுபோய் விட்டு வந்தான். அவன் வருகைக்காகப் போகின்ற உயிரைத் தாங்கிக் கொண்டிருந்த மெய்ப் பொருளார் அவன் விட்டு வந்த செய்தியைக் கேட்டு, "இன்று நீ செய்த உபகாரம் யாரும் செய்யமுடியாது" என்று சொல்லி அமைச்சர் முதலியோரை அழைத்து, "திருநீற்றின்மேல் பேரன்புடன் வாழுங்கள்'' என்று சொல்லி இறைவனைத் தியானித்தார். இறைவன் உமாதேவி யாரோடு விடையின்மேல் எழுந்தருளிக் காட்சி தந்து எப்போதும் தன்னுடன் உறையும் நிலையை மெய்ப்பொருள் நாயனாருக்கு அருளினான்.

மெய்ப் பொருள் நாயனாரை வஞ்சக்த்தால் கொல்ல வந்து தன் விருப்பம் நிறைவேறப் பெற்றான் முத்திநாதன். அதனால் அவனுக்கு ஒரு வகையில் வெற்றிதான். ஆனால் அதைக் காட்டிலும் பெரிய வெற்றி மெய்ப் பொருளாருக்குக் கிடைத்தது. மெய்த்தவ வேடமே மெய்ப் பொருள் என்று தொழுது நின்ற அவருக்கு அந்த எண்ணத்தைக் குலைக்கும் வகையில் முத்திநாதனுடைய கொடுமைச் செயல் தோன்றியது. முத்திநாதன் வாளால் குத்தினாலும் தான் பூண்ட சிவ வேடத்தை மாற்றாமல் இருந்தான். அந்த வேடம் உள்ள எவரையும் வணங்குவதே தம்கொள்கையாகக் கொண்ட மெய்ப் பொருளார் உயிர் போகும் நிலையிலும் அந்தக் கடைப்பிடியினின்றும் நழுவித் தோல்வியுறவில்லை. அவன் வாளாற் குத்தினபோதும் அவர் தம் கையால் தொழுது கடைப்பிடியில் தோல்வியின்றி வெற்றி பெற்றார். இதை நினைந்தே சுந்தரமூர்த்தி சுவாமிகள் மெய்ப் பொருள் நாயனாரை, "வெல்லுமா மிகவல்ல மெய்ப்பொருளுக் கடியேன்" என்றார். சேக்கிழாரும், "தொழுது வென்றார்" என்று பாடினார்.

----

6. விறல்மிண்ட நாயனார்

மலைநாட்டில் பல வளங்களும் செறிந்த திருச்செங்குன்றூர் என்ற தலம் ஒன்று உண்டு. அங்கே விறல்மிண்ட நாயனார் அவதரித்தார். அவர் இயற்பெயர் வேறாக இருக்குமென்று தோன்றுகிறது. அவர் அடியார்களிடத்தில் தீவிரமான அன்புடையவராக இருந்தார். அடியார்களிடத்தில் மதிப்பு வைக்காதவர்களிடம் கடுமையாக நடந்துகொள்பவராகையால் விறல் மிண்டர் என்ற பெயர் வந்திருக்கலாம் என்று ஊகிக்க இடம் உண்டு.

வேளாண் குலத்தில் உதித்தவர் விறல்மிண்டர். உறுதியான பக்தி உடையவராதலால் எதற்கும் அஞ்சாமல் வாழ்ந்தார். அடிக்கடி திருத்தலங்களுக்குச் சென்று எம்பெருமானை வழிபட்டு ஏத்துவார். அந்தத் தலங்களில் இருக்கும் அடியார் திருக் கூட்டத்தைக் கண்டு வழிபட்டு அவர்களோடு இருந்து இன்புற்று வருவார். இறைவனுடைய திருவருட் சிறப்பை மற்றவர்களும் உணரும்படியாகத் தம்முடைய ஒழுக்கத்தால் வெளிப்-படுத்துகிறவர்கள் அடியார்கள். ஆகையால் அவர்களிடம் விறல்மிண்டருக்கு முறுகிய பக்தி உண்டாயிற்று. படமாடுங் கோயில் பகவனைப் பணிந்து நடமாடுங் கோயிலாக விளங்கும் அவர்களால்தான் பக்தியும் சமய நெறியும் வளர்ந்து வருகின்றன அல்லவா?

எல்லாத் தலங்களிலும் அடியார் திருக்கூட்டம் இருந்தாலும் திருவாரூரில் உள்ள திருக்கூட்டம் மிகச் சிறப்புடையது என்பதை விறல்மிண்ட நாயனார் கேள்வியுற்றார். தேவர்களெல்லாம்கூட வந்து ஆசிரயிப்பதனால் தேவாசிரயன் என்ற பெயர் உள்ள
பெரிய மண்டபம் திருவாரூர்த் திருக்கோயிலில் இருக்கிறது. அந்த மண்டபத்தில் எப்போதும் அடியார்கள் குழுமி யிருப்பார்கள். அவர்களை முதலில் வணங்கிவிட்டே திருக்கோயிலுக்குள் புகுவது சிவநேசச் செல்வர்களின் வழக்கம்.

விறல்மிண்ட நாயனார் திருவாரூருக்குச் சென்றார். அங்கே அடியார் திருக்கூட்டத்தையும் வன்மீக நாதரையும் பணிந்து கரையிலா மகிழ்ச்சியை அடைந்தார்.

அப்போது சுந்தரமூர்த்தி நாயனார் இறைவனைத் தரிசிக்கும் பொருட்டுத் திருக்கோயிலுக்குள்ளே புகுந்தார். 'அடியார் திருக்கூட்டத்தை வணங்கும் தகுதி எனக்கு வாய்ப்பது எப்போது ?' என்ற நினைவோடு தேவாசிரய மண்டபத்தினின்றும் சிறிதே ஒதுங்கிச் சென்றார். அப்படி அவர் செல்வதைக் கண்ட விறல்மிண்ட நாயனாருக்கு முதலில் வியப்பும் அப்பால் விசனமும் உண்டாயின. "இவ்வளவு பெரியவர் அடியார் திருக்கூட்டத்தை வணங்காமல் செல்கிறாரே! இவரே இப்படிச் சென்றால் மற்றவர்கள் எப்படி அடியார்களிடம் மதிப்பு வைப்பார்கள்?" என்று கேட்டார். அருகில் நின்ற அன்பர் ஒருவர், "அவர் இறைவன் திருக்கோயிலுக்குள் செல்கிறார்" என்றார். "அதற்கு முன் வணங்கும் தெய்வம் இங்கே இருப்பதை மறந்து விட்டாரோ? இவர் நமக்கு வேண்டாதவர்; புறகு" என்று கோபத்தோடு கூறினார்.

"இறைவனுடைய அருளைப் பெற்றவர் சுந்தரமூர்த்தி. ஆரூர்ப் பெருமான் பரவை நாச்சியாரைத் திருமணம் செய்வித்து இவரை என்றார் இத்தலத்தில் இருக்கும்படி அருள் செய்திருக்கிறார் அன்பர்.

“அப்படியானால் அந்த ஆரூர்ப் பெருமானும் எனக்குப் புறம் பானவரே !" என்று கோபத்தோடு சொல்லிப் புறப்பட்டு விட் டார் விறல் மிண்டார்.

விறல்மிண்ட நாயனாருக்கு மூண்ட சினத்தைச் சுந்தரமூர்த்தி நாயனார் உணர்ந்தார். 'இறைவனை வழிபடுவது எளிது; தொண்டரை வழிபடுவது அரிது. அதற்குத் தகுதி மிகுதியாக வேண்டும்' என்ற நினைவினால்தான் அவர் அடியார் திருக்கூட்டத்தை அணுகவில்லை. இப்போது விறல்மிண்டர் செய்கையைக் கேட்டு மிக வருந்தினார். ஆரூர்ப் பெருமானிடம், "இந்த அடியார்களுக்கு அடியனாகும் நிலையை எனக்கு அருள் செய்ய வேண்டும்" என்று வேண்டினார். திருத்தொண்டர்களைப் போற்றித் துதி செய்யவேண்டு மென்னும் கருத்து உண்டாயிற்று. அப்போது இறைவனே, "தில்லைவாழ் அந்தணர்தம் அடியார்க்கும் அடியேன்" என்று அடியெடுத்துக் கொடுத் தான். அதை முதலில் வைத்துத் திருத் தொண்டத் தொகையைப் பாடி அடியார் திருக்கூட்டத்தையும் வணங்கினார் சுந்தரமூர்த்தி நாயனார்.

விறல்மிண்ட நாயனார் பல காலம் சிவ கைங்கரியமும் அடியார் தொண்டும் செய்து வாழ்ந்து பின்பு ஈறிலாத இன்ப நிலையை அடைந்தார்.

பல தலங்களுக்குச் சென்று பதிகம் பாடிச் சிறந்து நின்ற சுந்தர மூர்த்தியாருக்குத் திருத்தொண்டரைப் பாட வேண்டும் என்ற எண்ணம் உறுதிப்படுவதற்கு ஒரு காரணமாக இருந்தவர் விறல் மிண்ட நாயனார். திருத்தொண்டத் தொகை இல்லாவிடில் நாயன்மார் பெருமையைச் சொல்லும் பெரியபுராணம் தோன்றியிராது. பெரிய புராணத்துக்கு முளை திருத்தொண்டத் தொகையானால் அது முளைக்க உதவிய மழை விறல்மிண்டர் செயல் என்று சொல்லலாம். சேக்கிழாரே பெரியபுராணத்தில் இதைக் குறிப்பிக்கிறார்.

"வேறு பிறிதென் திருத்தொண்டத்
  தொகையால் உலகு விளங்கவரும்
பேறு தனக்குக் காரணராம்
  பிரானார் விறல்மிண் டரின்பெருமை
கூறும் அளவென் அளவிற்றே?"

என்று விறல்மிண்டர் பெருமையை அவர் கூறுகிறார்.

----

7. அமர்நீதி நாயனார்

சோழ நாட்டில் பழையாறை என்னும் பதியில் அமர்நீதியார் உதித்தார். சிவன்கழலைச் சிந்தை செய்வதும், அப்பெருமானுடைய அடியவர்களுக்கு அமுது செய்வித்து அவர்களுக்கு உரிய கோவணம்இ கீள் முதலிய உடை வகைகளை அளிப்பதும் ஆகிய செயல்களைச் செய்வதே தாம் பெற்ற செல்வத்தின் பயன் என்று கருதி ஒழுகுபவர் அவர். வணிகர் குலத்திற் சிறந்து விளங்கிய அவர் பொன், மணி, முத்து, துகில் ஆகியவற்றைப் பல நாடுகளிலிருந்து வருவித்து வியா பாரம் செய்து வந்தார்.

நல்லூர் என்ற தலத்தில் இறைவனுடைய திருவிழா ஆண்டு தோறும் மிகச் சிறப்பாக நடைபெறும். பல ஊர்களிலிருந்து மக்கள் வந்து தரிசித்துச் செல்வார்கள். சிவனடியார்கள் பலர் கூட்டம் கூட்டமாக வந்து கூடுவார்கள். அந்த விழாவுக்கு அமர்நீதி நாயனார் தம்முடைய சுற்றத்தாருடன் சென்று தரிசித்தார். அங்கே வந்திருக்கும் அடியார்களின் மிகுதியைக் கண்டு அவர்களுக்கு அமுது செய்விக்க வேண்டும் என்ற அவா அவருக்கு உண்டாயிற்று. அந்தத் தலத்தில் ஒரு பெரிய திருமடம் கட்டித் திருவிழாக் காலங்களில் எத்தனை சிவனடியார் வந்தாலும் அவர்கள் யாவருக்கும் வயிறார உணவளித்து அவர்களுக்கு ஏற்றபடி ஆடை வகைகளை வழங்கினார்.

சிவனடியார்கள் சிவபெருமானையே தனித் துணையாக எண்ணி வாழ்கிறவர்கள். தம்முடைய செயலாலும் தோற்றத்தாலும் பேச்சாலும் சிவபக்தியை வளர்க்கிறவர்கள். அங்கங்கே உள்ள ஆலயங்கள் தம்மிடம்வந்து வழிபடுகிறவர்களுக்கு நன்மையை உண்டாக்கும். சிவனடியார்களோ, நடமாடும் திருக்கோயில்களாக விளங்கிப் பல இடங்களுக்குச் சென்று, நல்ல உள்ளம் படைத்தவர்களிடம் திருக்கும் அன்பைச் சுரக்கச் செய்து, சிவ புண்ணியச் செல்வத்தைச் சேமிக்கும் செயல்களைப் புரியும்படி செய்கிறவர்கள். சாஸ்திரங்களாலும், புராணங்களாலும், ஆலயங்களாலும் மக்களுக்கு இறைவனிடம் உண்டாகும் பக்தியைவிட, உண்மையான சிவனடியார்களோடு பழகுவதனால் உண்டாகும் பக்தி வலிமை உடையது. ஆகையால் சிவனடியார்களுக்கு நன்மை செய்வதால் சிவபக்தி வளரும் பண்ணைக்கு

உரம் இட்டதாகும். இந்த உண்மையை நினைந்தே பெரியவர்கள் சிவனடியார்களைப் பேணிப் பாதுகாத்தார்கள். பழ மரத்துக்குத் தண்ணீர் ஊற்றி வளர்த்தால் அது கனியாகச் சொரிவது போலச் சிவனடியார்களுக்கு வேண்டியவற்றை வழங்கிப் போற்றினால் அவர்களால் சிவபக்தி எங்கும் விளைந்து கனிந்து பெருகும்.

அமர்நீதி நாயனார் சிவனடியார் பெருமையை நன்கு உணர்ந்தவர். ஆதலால் அவர்களுக்கு அமுதும் ஆடையும் வழங்கி வழிபட்டார். இறைவன் எழுந்தருளிய ஆலயம் நல்லூரில் இருந்தாலும் அடியார்கள் எழுந்தருளும் ஆலயமாகிய திருமடம் இல்லாமல் இருப்பது அவருக்குக் குறையாகத் தோன்றியது. அதனால் அத் தலத்தில் திருமடம் ஒன்றைக் கட்டுவித்து அடியாரை உபசரிக்கும் அறத்தைச் செய்து வந்தார்.

சிவனடியார்களுக்கு வேண்டியதை அளிக்கும் திறத்தில், எத்தகைய சோதனை வந்தாலும் தளராமல் தம் கடமையைச் செய்ய வல்லவர் அமர் நீதியார் என்பதை -உலகினருக்குக் காட்டத் திருவுள்ளம். கொண்டான் சிவபெருமான். ஓர் அந்தணப் பிரமசாரி யாகத் திருக்கோலங் கொண்டு அமர்நீதி நாயனாருடைய மடத்துக்கு எழுந்தருளினான்.

தலையிலே குடுமியும், நெற்றியில் திருநீறும், மார்பில் பூணூலும் மான் தோலும், கையில் பவித்திரமும், அரையில் தருப்பைப் புல்லினா லான முஞ்சியென்னும் நாணும், கோவணமும் விளங்கப் பிரமசாரி தோன்றினார். கையிலே ஒரு தண்டை ஏந்தியிருந்தார். அதில் இரண்டு கோவணங்கள் இருந்தன. திருநீற்றுப் பையும் தருப்பையும் ஏந்தியிருந்தார்.

அவர் கோலத்தைக் கண்டவுடனே மனம் உருகிய அமர் நீதியார் அவர் திருவடியில் விழுந்து வணங்கி, "தேவரீர் இங்கே எழுந்தருளுவதற்கு நான் என்ன தவம் செய்தேன்!" என்று கூறினார்.

"நீர் சிவனடியார்களுக்கு நல்ல விருந்தளித்து, கந்தையாடை கீள், கோவணம் ஆகியவற்றை வழங்குகிறீர் என்று கேள்வியுற்றேன். உம்மைப் பார்த்துவிட்டுப் போகலாம் என்று வந்தேன்" என்று பிரமசாரி கூறினார்.

"இங்கே தூய அந்தணர்கள் சமையல் செய்கிறார்கள். தேவரீர் இருந்து அமுது செய்தருள வேண்டும்" என்று அமர் நீதியார் பணிந்து வேண்டினார்.

"அப்படியே செய்கிறேன். முதலில் நான் காவிரிக்குச் சென்று நீராடி வருகிறேன். மழைக் காலமாக இருப்பதனால் இந்தக் கோவணம் நனைந்து போனாலும் போகும். இதோ இதை இங்கேயே பாதுகாப்பாக வைத்திரும்'' என்று சொல்லி அவ்வந்தணர் தண்டில் இருந்த இரண்டு கோவணங்களில் ஒன்றை அவிழ்த்து வணிகர்பிரானிடம் தந்தார். "இந்தக் கோவணம் மிகவும் சிறந்தது. இம்மாதிரி வேறு கோவணம் எங்கும் கிடைக்காது. இதைப் பத்திரமாக வைத்திருந்து நான் நீராடி மீளும்போது கொடுக்க வேண்டும்" என்று சொல்லிவிட்டு அவர் நீராடச் சென்றார்.

அவர் அவ்வளவு தூரம் வற்புறுத்திச் சொன்னமையால், அந்தக் கோவணத்தைத் தாம் வைத்திருக்கும் கோவணம் முதலியவை இருக்கும் இடத்தில் வைக்காமல், தனியே பாதுகாப்பான ஓர் இட த்தில் வைத்தார் அமர்நீதியார். சோதனை புரிவதற்காகவே வந்த வேதியர் சிறிது நேரத்தில் மீண்டார். மழை பிடித்துக் கொண்டது. அதில் நனைந்து கொண்டே திருமடத்தை அடைந்தார்.

அவருக்கு வேண்டிய திருவமுதைச் சமைக்கச் செய்து அவருக் காகக் காத்திருந்த அமர்நீதியார் அவரைக் கண்டவுடன் எதிர் சென்று அழைத்துக்கொண்டு மடத்திற்குள் வந்தார்.

"நான் ஒரு கோவணத்தை உம்மிடம் கொடுத்துப் போனது நல்லதாகப் போயிற்று. நீராடியதால் அணிந்திருந்த கோவணம் நனைந்தது. மழை வந்ததனால் தண்டத்திலிருந்த கோவணமும் நனைந்து போயிற்று. நான் கொடுத்த கோவணத்தைக் கொண்டு வாரும்" என்றார் அந்தணர்.

நாயனார் உள்ளே சென்று அந்தக் கோவணத்தை வைத்த இடத்தில் பார்த்தார். அதைக் காணவில்லை. அருகில் எங்காவது விழுந்திருக்குமோ என்று பார்த்தார். எங்கும் இல்லை. யாரேனும் எடுத்தாரோ என்று கேட்டார். ஒருவரும் எடுத்ததாகத் தெரியவில்லை. தாம் வைத்திருந்த கோவணக் கட்டுகளிலெல்லாம் தேடினார். வந்திருந்த மாயப் பிரமசாரி

வேண்டுமென்று அதை மறைத்து விட்டபோது அது அவருக்கு எப்படிக் கிடைக்கும்?

எங்கே தேடியும் கோவணம் அகப்படாமல் போகவே அமர் நீதியார் வருந்தினார். "அவர் எத்தனை தூரம் வற்புறுத்திச் சொன்னார்! அதை நான் போக்கிவிட்டேனே!" என்று நைந்தார். அவருக்கு இன்னது செய்வதென்று தோன்றவே இல்லை. திகைத்துப்போய் நின்றார். அவருடைய மனைவியாரும் சுற்றத்தாரும் அவருடைய கலக்கத்தை அறிந்து மனம் உளைந்தார்கள். 'இனிமேல் என்ன செய்வது? புதிய கோவணம் ஒன்றை அடியாருக்குக் கொடுப்பது தான் இப்போது செய்யக்கூடிய காரியம்' என்று எண்ணி நல்ல கோவணமாக ஒன்றை எடுத்துக்கொண்டு பிரமசாரி முன் சென்றார்.

"சுவாமி, தேவரீர் தந்த கோவணத்தைப் பத்திரமாகத்தான் வைத்திருந்தேன். ஆனால் இப்போது வைத்த இடத்தில் அதைக் காணவில்லை. வேறு யாரும் அதை எடுக்கவில்லை. அது எப்படி மாயமாக மறைந்ததோ, தெரியவில்லை. இது பெரிய அதிசயமாக இருக்கிறது. இந்தப் பிழையைத் தேவரீர் பொறுத்தருள வேண்டும். இதோ வேறொரு கோவணம் கொண்டு வந்திருக்கிறேன். இது மிகவும் உறுதியானது. கிழித்தது அன்று, நெய்தது. இதைத் தயை செய்து சாத்தியருள வேண்டும். அறியாமல் நேர்ந்த இந்த அபசாரத்தைப் பொறுத்தருள வேண்டும்" என்று அழாக்குறையாக நாயனார் பணிவுடன் கூறி அக்கோவணத்தை நீட்டினார்.

அவ்வந்தணர் கண்கள் சிவந்தன. கோபப் பொறி பறந்தது. "நன்றாக இருக்கிறது உம்முடைய பேச்சு! கொடுத்துப் பல நாள் கழிந்தாலும் கெட்டுப்போயிற்று என்று சொல்லலாம். காலையில் கொடுத்தேன். நீராடிவிட்டு இப்போது வந்து சேர்கிறேன். அதை எடுத்துக் கொண்டு, தொலைந்துவிட்டது; இதை வாங்கிக் கொள்ளுங்கள்' என்று சொல்கிறீரே. இதுதான் நீர் செய்யும் தர்மமா? நல்ல கோவணம் தானம் செய்கிறாரென்று ஊரெல்லாம் முரசடிக்கச் செய்கிறீரே! என்னுடைய கோவணத்தைக் கைப்பற்றுவதற்-காகத்தான் இந்தத் தந்திரமோ? கிடைத்தற்கரிய என் கோவணத்தை எடுத்துக்கொண்டு உம்முடைய மட்டமான

கோவணத்தைத் தருகிறீரே; இதிலும் லாபம் அடிக்க வேண்டுமென்ற ஆசையோ! நன்று நன்று, உம்முடைய வாணிகம்!" என்று சீறினார்.

அமர்நீதியார் அவர் பேச்சைக் கேட்டு நடுங்கினார். "இந்த அற்பன் செய்தது பெரிய பிழை என்பதை உணர்கிறேன். தேவரீர் எப்படியாவது பொறுத்தருள வேண்டும். நான் தெரிந்து இந்தத் தீங்கைச் செய்யவில்லை" என்று சொல்லி அடியார் காலில் விழுந்தார். "உங்கள் கோவணம் ஒன்றைத் தவிர வேறு எது கேட்டாலும் தருகிறேன். பட்டாடைகள் வேண்டுமென்று கேளுங்கள்; தருகிறேன். மணிகள் தருகிறேன். எப்படியாவது தேவரீர் சமாதானம் அடைய வேண்டும்" என்று கெஞ்சினார்.

அவர் பணிந்து இரந்து வேண்டுவதனால் சற்றே இரங்கியவரைப் போலக் காட்டிய பிரமசாரி, "உம்முடைய பட்டும் பட்டாவளியும் மணியும் பொன்னும் எனக்கு எதற்காக? என்னுடைய கோவணத் துக்குச் சமானமானது ஒன்று தந்தால் போதும்" என்றார்.

உயிர் வந்தவரைப்போல ஆறுதல் பெற்ற நாயனார், "சுவாமி, கோவணத்துக்குச் சமானமானதைத் தருகிறேன். அதற்குச் சமானம் என்று தெரிந்துகொள்ளத் தேவரீர் என்ன முறையை விதிக்கிறீர்கள்?" என்று கேட்டார்.

"நீர் தொலைந்துபோனதென்று சொல்கிறீரே, அந்தக் கோவணத்தின் ஜோடி இதோ இந்தத் தண்டத்தில் இருக்கிறது. இதற்குச் சம எடையுள்ளதை நீர் தாரும்; போதும்" என்று அடியார் கூறினார்.

'இது மிகவும் எளிது' என்ற எண்ணத்தோடு ஒரு பெரிய தராசைக் கொண்டுவந்து அங்கே நட்டு, அந்தணரிடமிருந்து அந்தக் கோவணத்தை வாங்கி ஒருதட்டில் இட்டார் அமர்நீதியார். வேறொரு புதிய கோவணத்தை மற்றொரு தட்டில் இட்டார். அந்தணர் கோவணம் இட்ட தட்டுக் கீழே நின்றது. பின்னும் பெரிய கோவணம் ஒன்றை இட்டார். அதன் எடையும் சமமாக இல்லை. ஒன்றுக்கு இரண்டாக வைத்தார். அப்போதும் அந்தத் தட்டுத் தாழ்ந்தே இருந்தது. பின்பு அடியார்களுக்கு அளிப்பதற்காக வைத்திருந்த கோவணங்களில் ஒவ்வொன்றாக எடுத்து வைத்தார்.

அப்போதும் பழங் கோவணத் தட்டு எழவே இல்லை. "இது பெரிய அதிசயமாக இருக்கிறதே!" என்ற பிரமிப்புடன் அமர்நீதியார் மற்ற ஆடை வகைகளை ஒவ்வொன்றாக எடுத்து வைத்தார். தராசு நேர் நின்றபாடில்லை. "உலகில் இல்லாத மாயக் கோவணமாக இருக்கிறதே!" என்று வியப்படைந்த படியே தம்மிடத்திலிருந்த பட்டுத் துணி, மற்ற ஆடைகள் எல்லா வற்றையும் வைத்தார். அப்போதும் கனம் போதவில்லை. ஆடைகள் யாவற்றையும் வைத்தபிறகு, 'சுவாமி, இத்தனை ஆடைகளும் போத வில்லை. இனி என்னுடைய செல்வத்தை இடலாம் என்று நினைக்கிறேன். தேவரீர் திருவுள்ளம் எப்படியோ?" என்று அமர்நீதியார் கேட்டார். "எப்படிச் செய்தாலும் சரி; கோவணத்தின் எடைக்கு எடை வேண்டும்" என்றார் அடியார்.

உடனே வணிகர் பிரான் தம்மிடம் உள்ள பொன்னையும் மணிகளையும் துலைத் தட்டில் இடலானார். அதுவோ வந்ததெல்லாம் கொள்ளும் மகாராஜன் கப்பலாக, எவ்வளவு போட்டாலும் கொஞ்ச மேனும் தாழாமல் நிமிர்ந்தே நின்றது. பொன்னை இட்டார்; வெள்ளியை இட்டார்; நவமணித் திரளை இட்டார்; பித்தளை வெண் கலம் முதலிய உலோகப் பொருள்களை இட்டார். இட்ட தட்டு மேல் எழுந்தபடியே நின்றது. அருகில் நின்றவர்கள் இதைக் கண்டு திகைத்தார்கள். இறைவனுடைய கோவணத்துக்குச் சமானமாக அகில புவனங்களும் வந்தாலும் நேர் நிற்க முடியுமா? வேதத்தையே கோவணமாக அல்லவா சாத்தியிருக்கிறான் இறைவன்?

தம்மிடமுள்ள எல்லாப் பொருள்களையும் இட்டும் தட்டு நேர் நில்லாமையைக் கண்ட நாயனார், "சுவாமி, இனி என்னிடம் வேறு சொத்து ஒன்றும் இல்லை. அடியேனும் அடியேன் மனைவியும் மைந்தனும் இந்தத் தட்டில் ஏறலாம் என்று நினைக்கிறேன். அதற்குத் தேவரீர் இசைந்தருள வேண்டும்" என்று பணிந்து வேண்டினார். 'இனி இவரைச் சோதனை செய்தல் தகாது' என்று எண்ணிய அந்தணர், "அவ்வாறே செய்யலாம்" என்று இசைந்தார்.

உடனே மனம் மகிழ்ந்து அப் பெருமானுடைய திருவடியை வணங்கி, அந்தத் தராசை மனைவியோடும் மைந்தனோடும் வலமாக வந்து,

"சிவபெருமானுடைய திருநீற்றில் உண்மையான அன்பு பிழை யாமல் நாங்கள் இருந்தோம் என்றால் இது நேரே நிற்கவேண்டும்" என்று சொல்லித் திருநல்லூரில் எழுந்தருளியிருக்கும் சிவபிரானைத் தியானித்தார்; பஞ்சாட்சர மந்திரத்தை ஓதியபடியே அமர்நீதியார் தம் மனைவியையும் மைந்தனையும் தட்டில் ஏற்றிய பின் தாம் ஏறினார். அதுவரையில் தனக்குச் சமானமான பொருள் எதனையும் பெறாமல் தாழ்ந்திருந்தது கோவணம். அப்போது உண்மை அன்பராகிய அமர்நீதியாருடைய தொண்டு தனக்குச் சமானமாக நின்றமையால் கோவணம் வைத்திருந்த தட்டு மேல் எழுந்தது. இரண்டு தட்டுகளும் ஒத்து நின்றன.

அருகில் இருந்த கூட்டத்தினர் இந்த அதிசயத்தைக் கண்டு கை தொழுது வணங்கினர். தேவர் பூமழை பொழிந்தனர். அப்போது அருகில் நின்ற வேதியரைக் காணவில்லை; அவர் மறைந்தார்.

வானத்தில் சிவபெருமான் உமாதேவியாருடன் விடையின்மேல் எழுந்தருளி வந்து அமர்நீதியாருக்குக் காட்சி கொடுத்தருளினான். துலைத் தட்டில் இருந்தபடியே அந்தக் காட்சியைக் கண்டு களித்தார் நாயனாரும் அவருடைய மனைவியும் மைந்தனும், அந்தத் துலையே விமானமாக மாற, அம் மூவரும் சிவலோகம் சென்று சிவகணங்களாகி இறைவனுடைய சாமீப்ய பதவியைப் பெற்று வாழ்ந்தனர்.

----

8. எறிபத்த நாயனார்

கருவூரில் அரச வீதி: பட்டத்து யானை நீராடிவிட்டு வருகிறது. அப்போது திருவிழாக் காலம். எங்கும் மக்களின் கூட்டம். வந்து கொண்டிருந்த யானைக்கு மதம் பிடித்துவிட்டது. அதன்மேல் இருந்த பாகர் இருவர் அதனை அடக்கப் படாத பாடு பட்டனர். கீழே கையிலே குத்துக் கோலுடன் நின்று களிற்றைக் காவல் புரிந்துவரும் பரிக்கோற்காரர்களும் அதை அடக்க முயன்றனர். அவர்களாலும் ஒன்றும் செய்ய இயலவில்லை.

மக்கள் அலங்க மலங்க ஓடினர். எங்கும் ஒரே ஆரவாரம். யானை வீதியில் ஓடிக்கொண்டிருந்தது.

அப்போது சிவகாமியாண்டார் வழக்கம்போல் கையில் கூடை நிறைய மலர்களைப் பறித்துக்கொண்டு திருக்கோயிலை நோக்கிப் போய்க் கொண்டிருந்தார். விடியற் காலையில் எழுந்து கடன்களை முடித்துவிட்டு, நந்தவனம் சென்று பயபக்தியுடன் மலர்களைக் கொய்வார். வாயைக் கட்டிக்கொண்டு அவற்றைப் பறிப்பார். அவற்றின். மேல் தம் மூச்சுக் காற்றுக்கூடப் படாமல் எடுத்து வருவார். பூக் கூடை நிறைந்தாலும் அவர் மனம் நிறைவு பெறாது. 'இன்னும் நிறைய மலர் கொய்துகொண்டு செல்ல முடியவில்லையே!" என்ற எண்ணமே அவருக்கு உண்டாகும். தம் கையில் ஒரு தடி வைத்திருப்பார். அதில் பூக்கூடையைத் தொங்கவிட்டுக்கொண்டு திருக் கோயிலுக்குச் செல்வார். மலர்களை மாலையாகத் தொடுத்து இறைவனுக்கு அணியச் செய்வார்.
ஒவ்வொரு நாளும் காலையில் கையிலே பூக் கூடையை மாட்டிய தண்டத்துடன் அவர் செல்வதைக் காணலாம். ஊரில் அவரையும் அவர் பக்தித் திறத்தையும் அறியாதவர் யாரும் இல்லை.

கருவூர்த் திருக்கோயிலுக்குத் திருவாநிலை என்று தனியே ஒரு பெயரும் உண்டு. அங்கே எழுந்தருளி யிருக்கும் சிவபிரானுக்குப் பசுபதீசுவரர் என்று திருநாமம். ஆநிலையுடைய மகாதேவர் என்று அப்பெருமானைச் சில சாசனங்கள் குறிக்கின்றன.

மதங்கொண்ட யானை தெரு வழியே போகும்போது மக்கள் யாவரும் ஓடினர். சிவகாமியாண்டார் அந்தக் கூட்டத்தின் நடுவே அகப்பட்டுக் கொண்டார். முதியவர் ஆதலினால் அவரால் ஓட முடிய வில்லை. அப்போது யானை அவர் கையில் இருந்த பூக்கூடையைத் தன் துதிக்கையால் பறித்துக் கீழே போட்டுச் சிதைத்தது. அதில் உள்ள மலர்களெல்லாம் கீழே சிதறின. யானை தம்மை ஒன்றும் செய்யாமல் விட்டுவிட்டதே என்று சிவகாமியாண்டார் நினைக்கவில்லை. இறைவனுடைய பூசைக்குரிய மலர்களையெல்லாம் சிதறிவிட்டதே என்று அவருக்கு வருத்தமும் கோபமும் மூண்டன. தன் கையில் உள்ள தடியினால் யானையை அடிக்க ஓடினார். அருகில் நின்ற மக்கள் அது கண்டு நகைத்தனர். அந்த முதியவரால் மத யானையை என்ன செய்ய முடியும்? ஓடித் தளர்ந்து கீழே விழுந்துவிட்டார். விழுந்தவர் மெல்ல எழுந்தார்.

மிக்க அன்போடு பறித்த மலர்களெல்லாம் கீழே சிதறிக் கிடந்த காட்சியைக் கண்டார். அவர் உள்ளம் சிதறியது. கண்கள் நீரை உகுத்தன. துக்கம் தாங்கவில்லை. வாய்விட்டுப் புலம்பினார்.

'சிவபெருமானே ஓலம்! யானையை உரித்துப் போர்த்தவனே ஓலம்! எளியவர்களுக்கு வலிமையாக நின்று துணை செய்கிறவனே ஓலம்! அன்புடைய அடியவர்களுக்கு அறிவாய் இருப்பவனே ஓலம்! தெளிந்த அமுதுபோல இனிக்கும் பெருமானே ஓலம்! கங்கையாற் றையும் சந்திரனையும் அணிந்த திருமுடியிலே சாத்துவதற்கல்லவா இந்த மலரைப் பறித்தேன்? இவற்றை யானையா சிந்துவது? திரிபுர தகனம் செய்த பெருமானே! இது அடுக்குமா? யமனை உதைத்த திருவடியை உடையவனே ஓலம்! முடிவில்லாத மூலப்பொருளே ஓலம்! எத்தனையோ அன்பர்கள் பெருங் கூட்டத்தில் ஏழையாகிய என்னையும் ஒரு பொருளாக எண்ணுவதற்குரிய பேறு எனக்கு உண்டோ?" என்று அவர் ஓலமிட்டு அழுதார்.

அவர் புலம்பிய புலம்பல் யாவர் காதிலும் விழுந்தது. வயசான கிழவர் இரங்கி அரற்றுவதை அவர்கள் கேட்டு இரங்கினர். அதற்கு மேல் அவர்களால் என்ன செய்ய முடியும்?

அப்போது அங்கே வந்துகொண்டிருந்தார் எறிபத்தர். நெற்றியிலும் உடம்பிலும் திருநீறு விளங்க, கழுத்து, தலை, கை, ஆகிய இடங்களில் ருத்திராட்ச மாலை அணிகளாகப் பொலிய வந்தார் அவர். அவர் கையில் கோடரி இருந்தது. அந்த ஊரில் மட்டும் அன்று, சுற்று வட்டாரங்களிலும் அவரை அறியாதவர் யாரும் இல்லை. காவலரைக் கண்டு அஞ்சும் கள்வர்களைப்போல அவரைக் கண்டால் பொல்லாதவர்கள் நடுங்குவார்கள். சிவனடியார்களுக்கு யாரேனும் தீங்கு செய்தால் அவர்களை அவர் சும்மா விடமாட்டார். தம் கையில் உள்ள கோடரியால் வீசி விடுவதுகூட உண்டு. இப்படி எறிதலால் அவருக்கு எறிபத்தர் என்ற பெயர் உண்டாயிற்று. சொந்தப் பெயர் வழக்கில் இல்லாமலே மறைந்துவிட்டது.

அவர் வீதியில் வந்துகொண்டிருந்தார். முதிய அந்தணராகிய சிவகாமியாண்டார் புலம்பிக்கொண்டிருந்த இடத்துக்கு அருகில் அவர் வந்துவிட்டார். அவரைக் கண்டவுடன் வீதியில் நின்றிருந்தவர்களின் வயிற்றிலெல்லாம் புளியைக் கரைத்தது. "ஏன் நீங்கள் இந்த அடாத செயலைப் பார்த்துக்கொண்டிருந்தீர்கள்?' என்று அவர் கடிந்தால் என் செய்வது?

அருகில் வந்த எறிபத்தனார் சிவகாமியாண்டாரை,"ஏன் இப்படி அரற்றுகிறீர்கள்?" என்று கேட்டார். அவர் நிகழ்ந்ததைச் சொன்னார். எறிபத்தருக்குக் கோபம் மூண்டது. "சிவனடியார்களுக்கு எங்கே போனாலும் பகையாக இருப்பது யானைதான்" என்று சொல்லிக் கொண்டே, அவர் பட்டத்து யானையை நாடி ஓடினார். ஆணவத்தையே யானையாகச் சொல்வர் பெரியோர். அது இறைவன்பால் ஆருயிர் செல்லவொட்டாமல் தடுத்து நிற்கிறது. அந்த ஆணவ மென்னும் மத யானையை அப்போது எறிபத்தர் நினைந்து சொன்னாரோ? கோப்பெருஞ்சோழர் முன் பிறவியில் சிலந்தியாக இருந்தார். திருவானைக்காவில் இறைவன்மேல் அச்சிலந்தி வலை பின்னி நிழல் செய்தது. அதை ஓர் யானை வந்து கலைத்தது. அதை நினைந்துதான் அப்படிச் சொன்னாரோ? அவர் எந்த எந்தயானைகளை நினைத்தாரோ? யார் அறிவார்? அப்போது பட்டத்து யானைமேல் அவருக்கு உண்டான

கோபம் அளவுக்கு அடங்கினதன்று. அவர் போகும் வேகத்தைக் கண்டு யாவரும் அஞ்சினர். என்ன நிகழப் போகிறதோ என்று நடு நடுங்கினர்.

எறிபத்தர் யானைக்கு முன் சென்றார். அது அவரைப் பற்ற வந்தது. தம் கையில் இருந்த கோடரியால் ஓங்கி வீசினார். எந்தக் கை சிவகாமியாண்டாரது பூக் கூடையைப் பற்றிச் சிதறியதோ அந்தக் கை துண்டுபட்டுக் கீழே விழுந்தது. அது விழுவதற்கு முன்பே இடி இடித்ததுபோல் முழங்கிக்கொண்டு யானை கீழே விழுந்து புரண்டு உயிர் நீத்தது.

எறிபத்தருக்கு இன்னும் கோபம் ஆறவில்லை. "இதுதான் அறிவு இல்லா விலங்கு. இது செய்த காரியத்தை அறிவுள்ள நீங்கள் பார்த்துக்கொண்டா இருந்தீர்கள்?" என்று பாகரையும் பரிக்கோற் காரரையும் நோக்கிச் சீறினார். அவர்கள் ஏதோ சமாதானம் சொல்ல வந்தார்கள். எறிபத்தர் அதைக் கேட்கக் காத்திருக்கவில்லை. தம் கோடரியை வீசி அந்த ஐந்து பேரையும் வீழ்த்தினார்.

யானை ஒரு பக்கம் குருதி வெள்ளத்தில் பிணமாய்க் கிடக்க, ஐந்து மனிதர்கள் வெட்டுண்டு கிடக்கப் போர்க்களம் போலக் காட்சி யளித்த அவ்விடத்தில் ரத்தக் கறை தோய்ந்த கோடரியைத் தாங்கிக் கொண்டு வெற்றி வீரரைப்போல நின்றார் எறிபத்தர்.

அவ்விடத்தில் இருந்தவர்கள் ஓடினார்கள். வாயில் காவலரிடம் போய், அரசனிடம் போய்ச் சொல்லுங்கள். பட்டத்து யானை வெட்டுண்டது. இதைப் போய்ச் சொல்லுங்கள். பாகர்களும் வெட்டுண்டார்கள் என்பதையும் அறிவியுங்கள்" என்று பதற்றத் துடன் சொன்னார்கள். காவலர் ஒன்றையும் விசாரிக்கவில்லை. அவர்கள் திடுக்கிட்டு உள்ளே ஓடினார்கள். அரசனிடம், "சிலர் பட்டத்து யானையைக் கொன்றுவிட்டார்களாம்!" என்று சொன்னார்கள்.

உறையூரில் இருந்து ஆண்டுவந்த சோழ மன்னர் பரம்பரையில் உதித்த அரசன் அவன். கருவூரிலும் ஓர் அரண்மனை கட்டிக் கொண்டு பல காலம் வந்து தங்கி வாழ்பவன். புகழ்ச் சோழன் என்பது அவன் பெயர். அவன்

காலத்தில் அவனுக்குப் பகைவர்கள் யாரும் இல்லாமையால் போரே நிகழவில்லை. சிவபெருமானிடம் மிக்க அன்புடையவனாக இருந்தமையின், சிவாலயங்களைப் பாது காப்பது, சிவனடியார்களுக்கு வேண்டிய நன்மைகளைப் புரிவது முதலிய தொண்டுகளில் அவன் ஈடுபட்டிருந்தான்.

காவலர் சொன்ன செய்தி சோழ மன்னன் காதில் விழுந்தது. "பட்டத்து யானை கொலையுண்டதா? யார் சொன்னார்கள்?" என்று கேட்டான்.

'அரண்மனை வாயிலில் ஒரு பெருங் கூட்டம் வந்து நிற்கிறது. கூட்டத்தில் இருப்பவர்களே இச் செய்தியைச் சொன்னார்கள்" என்றனர் காவலர்.

சோழனுக்குச் சினம் மூண்டது. பட்டத்து யானையைக் கொல்வது என்பது எளிய செயல் அன்று. தன் சாம்ராஜ்யமே குலைந்துவிட்டது போன்ற உணர்ச்சி அவனுக்கு உண்டாயிற்று. யாரோ பகைவர் செய்த வேலை இது என்று எண்ணிக் கொண்டான். யார் இதைச் செய்தார்கள் என்று விசாரித்தறியும் பொறுமை அவனுக்கு அப்போது இல்லை. உடனே புறப்பட்டு விட்டான்.

பகைவர்கள் செய்த செயல் என்ற நினைவினால் புறப்பட்டவன் ஆதலின், படைகளையும் உடன் வர ஏவினான். சேனைத் தலைவர்கள் வந்தார்கள். தேர்கள் வந்தன; களிறுகள் வந்தன; குதிரைகள் வந்தன; படை வீரர்களும் திரண்டு வந்தார்கள். படைக் கலங்கள் மின்னின. சங்கு முதலியவை முழங்கின. சோழ மன்னன் ஒரு குதிரையின்மேல் ஏறிக்கொண்டு சென்றான். தன் ஊரிலே புகுந்து இந்தத் துணிவுள்ள செயலைச் செய்த பகைவர்கள் படைகளுடன் வந்திருக்கவேண்டும் என்பது அவன் எண்ணம்.

மன்னனும் பிறரும் சென்றார்கள். களிறு வீழ்ந்திருந்த இடத்தை முதலில் அரசன் குறுகினான். அங்கே பகைவர் கூட்டத்தை அவன் காணவில்லை. பட்ட களிற்றுக்கு அருகில் வேறு ஒரு களிற்றைப் போல எறிபத்தர்தாம் நின்றுகொண்டிருந்தார். யானையைக் கொன்றவர்கள்

ஓடியிருக்கவேண்டும் என்று அரசன் நினைத்தான். அருகில் உள்ளவர்களை நோக்கி, "அவர்கள் எங்கே?" என்று கேட்டான்.

"இதோ இங்கே நிற்கிறாரே, இவர்தாம் கொன்றார். மன்னர் பிரானுடைய யானைக்குத் தீங்கு செய்ய வேறு பகைவர் யார் இங்கே வர முடியும்?" என்று அருகில் நின்றவர்கள் சொன்னார்கள்.

அதைக் கேட்டானோ இல்லையோ, மன்னன் உடம்பு நடுங்கியது. எறிபத்தரை உற்று நோக்கினான். அவரிடம் அவனுக்குக் கோபம் மூளவில்லை. அவரை உடனே கட்டிப் பிடிக்கும்படி அவன் ஏவ வில்லை. 'இந்தப் பெரியவருக்குக் கோபம் உண்டாகும்படியாக ஏதோ தவறு நேர்ந்திருக்கிறது' என்ற எண்ணம் அவனுக்கு உண்டா யிற்று. உடனே சேனைகளை யெல்லாம் திரும்பிப் போகும்படி ஏவினான். குதிரையினின்றும் கீழே குதித்தான்.

தன் களிறு போய்விட்டதே என்ற துயரமே அவனுக்கு அப்போது தோன்ற வில்லை. 'நல்ல வேளை! கடவுள் இந்த மட்டிலும் காப்பாற்றினார். இந்தப் பெரியவரை யானை ஒன்றும் செய்யாமல் இவர் பிழைத்தாரே!' என்று எண்ணி ஆறுதல் அடைந்தான்.

கீழே இறங்கிய அரசன் நேரே எறிபத்தர்முன் சென்றான். கண்ணீர் மல்க அவர் காலில் விழுந்தான். "இங்கே என்ன அபசாரம் நேர்ந்ததோ அதை நான் அறியவில்லை. யானை பட்டதென்று மாத்திரம் கேள்வியுற்றேன். இங்கே வந்த பிறகுதான் தேவரீருடைய உள்ளம் வருந்தும்படியான தீங்கு நேர்ந்திருக்க வேண்டுமென்று தெரியவந்தது. அந்தத் தீங்குக்குப் பிராயச்சித்தமாக யானையையும் பாகரையும் தண்டித்தது போதுமா? அருள் செய்யவேண்டும்" என்று பணிவுடன் பேசினான்.
"சிவகாமி யாண்டார் கொண்டுபோன மலர்களை இந்த யானை சிதறியது. பாகரும் குத்துக்கோற்காரரும் அதைத் தடுக்கவில்லை. அதனால் இது செய்தேன்'' என்று எறிபத்தர் சொன்னார்.

கேட்ட வேந்தன் மறுபடியும் அவர் காலில் வீழ்ந்தான். "இந்த அபராதம் மிக மிகப் பெரிது. என்னுடைய ஆட்சியில் என் யானையே

சிவனடியாருக்குத் தீங்கு செய்தது என்றால் நான் உலகில் இருந்து பயன் இல்லை. இந்த அபராதத்துக்கு யானையைக்
கொன்றது போதாது; அதை ஓட்டிச் சென்றவர்களை வீசியதும் போதாது; இந்த யானைக்கு உரியவனான என்னையும் கொல்வதே முறை" என்று சொல்லி, "இந்தப் பாவியைத் தேவரீருடைய கோடரியால் கொல்ல வேண்டாம். அது புனிதமானது. இதோ இந்த வாளால் என்னை வீசி அபராதத்தினின்றும் என்னை விடுதலை செய்ய வேண்டும்" என்று தன் உடைவாளை எடுத்து நீட்டினான்.

எறிபத்தர் இதை எதிர்பார்க்க வில்லை. அரசன் தன் நிலையை மறந்து, தன் களிற்றின் பெருமையை மறந்து, சிவனடியாருக்கு இழைத்த தீங்கைத் தம்மைக் காட்டிலும் மிகுதியாக எண்ணி வருந்துவதை உணர்ந்தார். 'ஆ! என்ன உத்தமமான அன்பு!' என்று எண்ணினார். அவன் கொடுத்த வாளை வாங்காமல் சிறிது நின்றார். அப்போது ஓர் எண்ணம் அவர் உள்ளத்தில் பளிச்சிட்டது. உண்மையிலே தன் உயிரைக் கொடுக்க நிற்கிறான். நாம் வாளை இவன் வாங்காமல் இருந்தால் தானே இவ்வாளைக் கொண்டு கொன்று கொண்டால் என் செய்வது?' என்று அஞ்சி அந்த வாளை அவர் வாங்கினார்.

அப்போது சோழன் முகம் மலர்ந்தது. எறிபத்தர்முன் தலை வணங்கித் தொழுத கையனாகி நின்றான். 'என் பிழையைத் தீர்க்க இப்பெரியார் முன் வந்தாரே!' என்ற எண்ணத்தால் அவன் உவகை கொண்டான்.

ஆனால் எறிபத்தர் உள்ளத்தில் புயல் கொந்தளித்தது; அலை கடல் குமுறியது; ஊழித் தீக் கொழுந்துவிட்டது. 'என்ன பைத்தியக் காரத்தனம் செய்தேன்! முறை தவறாது நிற்கும் மன்னன், இறைவனிடம் அன்பு செய்யும் பக்தன், அடியார்களுக்கு வருந்துன்பத்தை ஆற்றாத அடியார்க்கடியான் ஆகிய இவன் மனம் புண்படும்படி யல்லவா நாம் செய்துவிட்டோம்!' என்ற சிந்தனை அவர் உள்ளத்தே ஓடியது. 'இத்தனை உத்தமனுக்குத் தீங்கு நினைத்த நாமும் குற்றவாளி யல்லவா? இந்தக் குற்றத்துக்குத் தண்டனை யார் அளிப்பார்? நாமே அளித்துக் கொள்ளவேண்டும்' என்று எண்ணினாரோ இல்லையோ. தாம் வாங்கிக் கொண்ட வாளைத் தம் கழுத்திலே வைத்து அறுத்துக் கொள்ளப் போனார்.

அரசன்,"ஐயோ! என்ன இது?" என்று கூவியபடியே அவருடைய கைகளைப் பற்றிக் கொண்டான். எறிபத்தர் அசையாமல் நின்றார்.

அப்போது எல்லோரும் வியக்கும்படி ஒரு குரல் எழுந்தது; "உங்கள் அன்பின் வலிமையை உலகத்துக்குக் காட்டும் பொருட்டே இறைவன் திருவருள் இந்த நிகழ்ச்சியைக் கூட்டியது" என்று அக் குரல் வானிலிருந்து எழுந்தது. அதே சமயத்தில் மண்ணிற் கிடந்த யானை உயிர்பெற்று எழுந்தது. பாகரும் குத்துக்கோற்காரரும் உயிருடன் எழுந்து நின்றனர்.

எறிபத்தர் மனம் உருகிக் காவலன் காலில் விழுந்தார். சோழ மன்னன் கையில் இருந்த வாளை எறிந்துவிட்டு அப்பெரியார் காலில் விழுந்தான். அப்போது அங்கே சிவகாமி யாண்டார் வந்து நின்றார். என்ன ஆச்சரியம்! அவருடைய பூக்கூடை நிறையப் பழையபடி மலர்கள் நிரம்பியிருந்தன. யானையின் உடலிலும் பாகரின் உடம்பி லும் உயிரை மீட்டும் புகுத்திய திருவருள், பூக்கூடையிலும் மலர் களைப் புகுத்தி விட்டது. எல்லோரும் சிவபிரானுடைய பேரருளையும், அடியவர்களின் அன்புச் சிறப்பையும் உணர்ந்து ஆரவாரித்தனர்.

----

9. ஏனாதி நாத நாயனார்

"ஓர் ஊரில் இரண்டு கூத்தாடியா? ஒன்று அவனுக்கே எல்லா வரும்படியும் வரவேண்டும்; இல்லையானால் நானே வாட்போர் பயிற்றி நன்மை பெற வேண்டும்" என்றான்
அதிசூரன்.

"இருவருமே சமாதானமாக இருந்து நம்முடைய இளைஞர்களுக்குப் படைக்கலப் பயிற்சி அளிக்கக் கூடாதா?" என்று அருகில் இருந்த முதியவர் கேட்டார்.

"அது எப்படி முடியும்? எயினனூர் என்ன பெரிய பட்டினமா? இந்தச் சின்ன ஊரில் இரண்டு பள்ளிக்கூடமா?"

"எத்தனை பள்ளிக்கூடம் இருந்தால் என்ன? சோழ மன்னனுடைய பெரும் படைக்கு எத்தனை வீரர்களைக் கொடுத்தாலும் தகும்" என்று முதியவர் கூறினார்.

"அந்த அந்த ஊர்களில் உள்ளவர்கள் அங்கங்கே பயிற்சிக் கூடம் வைத்திருக்கிறார்கள். ஆகையால் இந்த ஊரில் ஒன்று இருந்தால் போதும்" என்று அதிசூரன் தன் கருத்தையே வற்புறுத்தினான்.

சோழ நாட்டில் எயினனூர் என்ற ஊரில் ஏனாதி நாதனார் என்பவர் படைக்கலப் பயிற்சியில் சிறந்த வீரர்; சோழ மன்னர் படையில் சேனாதிபதியாக இருந்தவர்களின் வழி வந்தவர். சேனாதிபதிகளுக்கு அளிக்கும் பட்டம். ஏனாதி நாதர் இளைஞர்களுக்குப் படைக்கலங்களைப் பயிற்றுவித்து வந்தார். அவருடைய திறமை யினாலும் நல்ல குணத்தாலும் அவரிடம் பலர் வந்து சேர்ந்தனர்.

அதே ஊரில் இருந்தவன் அதிசூரன். அவனும் இளைஞர்களுக்கு ஆயுதப் பயிற்சியைக் கற்பித்து வந்தான். ஆனால் நாளடைவில் ஏனாதி நாதரிடமே மிகுதியான இளைஞர்கள் சென்றார்கள். அதிசூரனிடம் வரவரக் கூட்டம்

குறைந்தது. அதனால் அவனுக்கு ஏனாதி நாதரிடம் பொறாமை உண்டாயிற்று. அது வளர்ந்து பகையாக மாறியது.

எப்படியாவது ஏனாதி நாதரை அடக்க வேண்டுமென்று எண்ணினான் அதிசூரன். ஆனால் அதை வெளிப்படையாகச் சொல்லாமல் அந்தச் சின்ன ஊரில் ஒருவர் இருந்தால் போதுமென்று போலி நியாயம் பேசினான்.

"நானே சென்று அவனிடம் சொல்லப் போகிறேன். 'இந்த ஊரில் ஒன்று நீ இருக்க வேண்டும்; அல்லது நான் இருக்கவேண்டும். யார் இருப்பது என்பதை நம் வாள்பலம் நிர்ணயிக்க வேண்டும்' என்று அறை கூவப் போகிறேன். இருவரும் போரிட்டு யார் வெல்கிறாரோ அவருக்கே பள்ளிக்கூடம் நடத்தும் உரிமை இருக்கட்டும்" என்று அவன் தனக்கு வேண்டியவர்களை வைத்துக்கொண்டு சொன்னான். அவனிடம் பயிலும் இளைஞர்களும் வேறு சிலரும் அப்படியே செய்யலாம் என்று அவன் கருத்துக்கு ஆதரவு நல்கினர்.

வீரமும் பலமும் நிறைந்த புலி வாழும் குகையின்முன் ஒரு குள்ள நரி போய் ஊளையிட்டது போல, அதிசூரன் ஏனாதி நாதர் வீட்டு வாசலுக்குச் சென்று போர் செய்ய அழைத்தான். ஏனாதி நாதர் அதைக் கேட்டார். வலியப் பொர் அழைக்கும் அதிசூரனுடைய வீரத்துக்கு அவருடைய வீரமும் துணிவும் குறைவா? அவர் போர்க்கோலம் புனைந்து புறப்பட்டார்.

ஏனாதி நாதர் சிறந்த சிவபக்தர். தம்முடைய தொழிலில் வரும் வருவாயைச் சிவனடியார்களை வழிபட்டு உபசரிப்பதிலேயே செலவிட்டுவந்தார். திருநீறு பூசிய தொண்டர் யாரைக் கண்டாலும் உடனே அவர் காலில் விழுந்து பணிந்துவிடுவார். உடம்பிலுள்ள பெருந்திறலும் உள்ளத்தில் இருந்த பெருந் தீரமும் போரிலும் படைக்கலப் பயிற்சியிலும் சிறந்து விளங்கின. அடியார்களைக் கண்டபோது உடல் குழைய உள்ளம் நெகிழப் பணிந்து பணிந்து உபசரிப்பார். பகைவர் முன் நிமிர்ந்து நிற்கப் பழகிய அவர், அடியார் முன் பணிந்து நிற்பார்.

ஏனாதி நாதர் போர்க்கோலம் கொண்டு புறப்பட்டார். அவரைச் சார்ந்தவர்களும் அவருடன் சேர்ந்துகொண்டார்கள். அதிசூரனுடனும் பலர் படைகளுடன் வந்து சேர்ந்தனர். ஒரு பரந்த வெளியில் இரு சாராருக்கும் போர் நடைபெற்றது. இரண்டு கட்சியினரும் கடுமையாகப் போர் புரிந்தனர். பலர் மாண்டனர். இறுதியில் அதி சூரன் படை தோற்றது. அவன் தன் தலையைத் தொங்கப் போட்டுக் கொண்டு வீட்டுக்குப் போய்ச் சேர்ந்தான்.

அன்று இரவு முழுவதும் அவனுக்குத் தூக்கமே வரவில்லை. ஏனாதி நாதரை வென்றுவிடலாம் என்ற எண்ணம் குலைந்து விட்டதை எண்ணி வருந்தினான். எப்படியாவது அவரைத் தொலைத்து விட வேண்டும் என்ற எண்ணம் பின்னும் தலை தூக்கி எழுந்தது. வஞ்சக முறையினால் அவரை வென்றுவிட வேண்டுமென்று தீர்மானித்தான். அதற்குரிய வழிகளையும் வகுத்துக் கொண்டான்.

காலையில் எழுந்தவுடன் ஏனாதி நாதருக்கு ஓர் ஆள் மூலம் செய்தி ஒன்றை அனுப்பினான். "இரண்டு பேரும் போர் செய்து யாருக்கு வெற்றி என்று தீர்மானிக்கும் திறத்தில் நம்மைச் சார்ந்தவர்களையும் ஈடுபடுத்துவதால் வீண் சேதம் உண்டாகிறது. நாம் மாத்திரம் தனித்து ஒருவரும் அறியாமல் வாட் போர் செய்யலாம். அதனால் நம் வலிமையை அறிந்துகொள்ளலாம்" என்று சொல்லி அனுப்பினான். ஏனாதி நாதர் அதற்கு உடன்பட்டார்.

குறித்த இடத்தில் குறித்த நேரத்தில் இருவரும் வாட்போர் புரிவதென்று தீர்மானமாயிற்று. அப்போது அதிசூரன் தன் திட்டப் படியே ஒன்று செய்ய ஆரம்பித்தான். திருநீறு பூசியவருக்கு ஏனாதி நாதர் ஒரு தீங்கும் செய்யமாட்டார் என்பதை அவன் கேள்வியுற்றிருந் தான். ஒருநாளும் திருநீற்றைத் தொட்டறியாத அந்தத் தீயவன் அன்று நெற்றி நிறையத் திருநீறு பூசிக்கொண்டான். வெண்ணீறு முகத்தில் இருந்ததேயன்றி, அகத்தில் வஞ்சக எண்ணமாகிய கறுப்பை வைத்துக்கொண்டு சென்றான்.

போர் புரியும் களத்துக்குச் செல்லும்போது தன் முகம் மாத்திரம் தெரியாமல் கைக்கேடயத்தால் மறைத்துக் கொண்டான். இருவரும் பொரத் தொடங்கினர். ஏனாதி நாதர் தம் பகைவனை ஒரே வீச்சில்

கொன்றுவிடும் சமயம் அறிந்து புலிபோலப் பாய்ந்தார். அந்தச் சமயத்தில் அதிசூரன் தன் முகம் அவருக்கு நன்றாகத் தெரியும்படியாகக் கேடயத்தைக் கீழே தாழ்த்தினான்.

அதிசூரனுடைய நெற்றியை ஏனாதி நாதர் கண்டார். திருநீறு அதில் பளிச்சென்று தோன்றியது. 'அடடா! என்ன காரியம் செய்தேன்! இதற்கு முன்பு இவர்மேல் காணாத திருநீறு இவர் நெற்றியில் விளங்குகிறதே! இவர் சிவனடியார் ஆகிவிட்டார். இனி இவர் நமக்குப் பகைவர் அல்ல. இவருடைய விருப்பம் நிறைவேறும்படி செய்வது நம் கடமை' என்ற எண்ணம் மீதூரத் தம் வாளையும் கேடயத்தையும் கீழே போட நினைத்தார். ஆனால் அடுத்த கணம் வேறு ஓர் எண்ணம் குறுக்கிட்டது. 'நாம் படைக்கலத்தைக் கீழே போட்டு விட்டால் நிராயுதபாணியைக் கொன்ற பாவம் இவரைச் சாரும். அதற்கு இடமின்றிச் செய்யவேண்டும்!' என்ற கருத்துத் தோன்றியது. அதனால் வாளையும் பலகையையும் கையில் பற்றியபடியே போர் செய்பவரைப் போலவே பாசாங்கு செய்தார்.

முன்னாலே நின்ற பாதகன் எளிதில் தன் வாளை ஓச்சித் தன் கருத்தை நிறைவேற்றிக் கொண்டான். ஏனாதிநாதர் உடம்பிலிருந்து அவர் தலை துணிந்தது. ஆனால் அவர் கொள்கை-திருநீற்றுத் தொண்டர் விருப்பத்தை நிறைவேற்ற வேண்டும் என்ற விரதம்- துணியாமல் வென்றது. அந்த விரதத்தை அவர் தம் உயிரைக் கொடுத்துக் காப்பாற்றினார்.

அப்போது ஏனாதி நாத நாயனாருடைய பெருமையை உலகத் தோருக்குத் தெரிவிக்க இறைவன் உமாதேவியாருடன் எழுந்தருளி, அவரைத் தம் அணுக்கத் தொண்டராகிய சிவகணத்தில் ஒருவர் ஆக்கிக்கொண்டார்.

அடியார்களைப் போற்றும் திறத்தில் உயிர் போனாலும் தம் கொள்கையை விடாமல் மெய்யான வீரத்தில் சிறந்து நின்றார் ஏனாதி நாதர். அதனோடு அடியார் பகைவராக இருந்தாலும், அவர் விருப் பத்தைக் குறையின்றி நிறைவேற்றும் வகையில் செயல் செய்தார். உயிரினிடம் இருக்கும் ஆசையிலும் கொள்கையில் இருக்கும் உறுதி சிறந்து நிற்பதால், இத்தகையவர்கள் செயற்கரிய செய்த பெரியவர் களாயினர்.

----

10. கண்ணப்ப நாயனார்

பொத்தப்பி நாட்டில் உடுப்பூர் என்னும் ஊரில் நாகன் என்ற வேடர்குலத் தலைவன் வாழ்ந்து வந்தான். அவனுக்குத் தத்தை என்ற மனைவி இருந்தாள். நெடுநாட்களாக அவர்களுக்குக் குழந்தை இல்லாமையால் தங்களுடைய குல தெய்வமான முருகக் கடவுளை வழிபட்டுத் தங்கள் குறையைத் தீர்க்க வேண்டுமென்று வேண்டிக் கொண்டார்கள். அப் பெருமானுடைய திருவருளால் ஓர் குழந்தை பிறந்தது. ஆண் குழந்தை பிறக்கும்போதே உடல் வலிமையும் கனமும் கொண்டு பிறந்தமையால் திண்ணன் என்று பெயர் வைத்து அருமையாய் வளர்த்து வந்தார்கள்.

திண்ணனார் நாளொரு மேனியும் பொழுதொரு வண்ணமுமாக வளர்ந்து வந்தார். வேடர்களுடைய வழக்கப்படி குழந்தைக்கு உரிய பருவத்திலே ஆசிரியனைக் கொண்டு வில்வித்தையைக் கற்பித் தார்கள். நாட்டிலுள்ளவர்கள் அட்சராப்பியாசம் செய்விப்பது போலவே இந்த வில் விழா மிகச் சிறப்பாக நடைபெற்றது.

வேடர் குல மைந்தருக்குப் பதினாறு பிராயம் நிரம்பியது. அவருடைய தந்தையாகிய நாகன் கிழவனாகிவிட்டான். மாதத்துக்கு ஒரு முறையாவது வேட்டையாடச் சென்று வன விலங்குகளை அழித்து வருவது அவனுடைய வழக்கம். மூப்பு வந்து விட்டமையால் இந்தக் கடமையை அவனால் செய்ய முடியவில்லை. மற்றவர்கள் வன விலங்குகளின் கொடுமை மிகுதியாயிற்றென்று முறை யிட்டுக் கொண்டார்கள். அதைக் கேட்ட நாகன், "நான் முதுமைப் பருவத்தை அடைந்து விட்டேன். ஆதலால் பழையபடி என்னால் வேட்டையாட இயலாது. நம் குலத் தலைமையைத் தாங்கும் ஆற்றல் எனக்கு இல்லை.இனி என்னுடைய மகனையே நீங்கள் தலைவனாகக் கொள்ளுங்கள்" என்றான்.

அப்படியே வேடர்களுக்குத் தலைவராகத் திண்ணனாரை ஆக்கினார்கள். தெய்வங்களுக்குப் பூசை போடும் தேவராட்டியை அழைத்து வன தேவதைகளுக்குப் பூசை நிகழ்த்தச் சொன்னான் நாகன். அப்படியே அவள் செய்து திண்ணனாரை வாழ்த்தினாள். அன்று தம் தந்தையினிடமிருந்து தோற் கச்சையையும் உடை வாளையும் பெற்ற திண்ணனார்

வேடர்களுக்குத் தலைவராகவும் அந்த மலைப் பகுதிக்கு அரசராகவும் ஆனார்.

அன்று குல வழக்கப்படி முதல் முதலாக வேடர்களோடும் வேட்டையாடப் புறப்பட்டார். வேடர் சிங்கமாகிய திண்ணனார். காட்டுக்குள் வேடர் கூட்டம் புகுந்தது. பறைகளையும் கொம்புகளையும் முழக்கி ஆரவாரத்தோடு அவர்கள் சென்றார்கள். நாய்கள் அவர்களோடு சென்றன. அங்கங்கே உள்ள புதர்களை அலைத்து மறைந்திருந்த விலங்குகளை வெளிவரச் செய்து வேட்டையாடினார்கள். மான்களும் மரைகளும் வீழ்ந்தன. கரடிகளும் யானைகளும் குலைந்தன. புலிகள் எதிர்த்துச் சீறி வேடர்களின் அம்புக்கு இலக்காகி மடிந்தன.

இவ்வாறு வேட்டை நடக்கும்பொழுது ஒரு பெரிய காட்டுப் பன்றி அவர்களை எதிர்ப்பட்டது. அது வலைகளையெல்லாம் அறுத்து மிடுக்குடன் ஓடியது. அதனைத் துரத்திக்கொண்டு திண்ணனார் ஓடினார். மற்ற வேடர்களும் நாய்களும் பின் தொடர முடியாதபடி பன்றி மிக்க விரைவாக ஓடிக்கொண்டிருந்தது. திண்ணனார் அதனைப் பின்பற்றி ஓடினார். தம்முடைய இளந் தலைவர் அவ்வாறு ஓடுவதைக் கண்டு நாணன், காடன் என்னும் இரண்டு வேடர்கள் அவருக்குத் துணையாக ஓடினார்கள்.

ஓடிய பன்றி ஒரு குன்றின் அடிவாரத்தில் வந்து நின்றது. அதைத் தொடர்ந்து ஓடிவந்த திண்ணனார் உடைவாளை உருவி அதை இரண்டு துண்டாக வெட்டினார். உடன் ஓடி வந்த இருவரும் அவருடைய வேகத்தையும் உறுதியையும் ஆற்றலையும் கண்டு வியப்பில் மூழ்கினார்கள். "அடேயப்பா! நம்மை இவ்வளவு தூரம் இந்தப் பன்றி இழுத்து வந்துவிட்டதே! இவ்வளவு தூரமும் எப்படி ஓடி வந்தோம்!" என்று பிரமித்தார்கள். திண்ணனார் வீரத்தைப் போற்றி அவர் காலில் விழுந்து வணங்கினார்கள்.

நேரம் ஆனமையாலும் நெடுந்தூரம் ஓடி வந்தமையாலும் அவர்களுக்குப் பசி எடுத்தது. "இந்தப் பன்றியைப் பக்குவம் செய்து உண்டு தண்ணீர் அருந்துவோம்" என்று அவ்விருவரும் கூறினார்கள்.

"தண்ணீர் எங்கே இருக்கிறது?" என்று கேட்டார் திண்ணனார்.

"இந்தத் தேக்கமரக் கூட்டத்தைத் தாண்டிச் சென்றால் பொன் முகலி என்ற ஆறு ஓடுகிறது" என்று நாணன் கூறினான். அவன் அந்த இடங்களுக்கெல்லாம் முன்பே வந்து பழகியவன்.

'அங்கே போகலாம். இந்தப் பன்றியை இழுத்து வாருங்கள்" என்று சொல்லித் திண்ணனார் புறப்பட, மற்றவர்களும் பின் சென்றார்கள்.

"நாணா, அதோ தோன்றும் குன்றுக்குப் போகலாமா?" என்று கேட்டார் வேடர் தலைவர்.

'ஆம், அங்கே போகலாம். போனால் நல்ல காட்சிகளைக் காணலாம். அங்கே குடுமித் தேவர் இருக்கிறார்; கும்பிடலாம்" என்றான்.

"இந்த மலையைப் பார்த்தால் எனக்கு ஏதோ ஒரு வகையான இன்பம் உண்டாகிறது. என்மேல் உள்ள பாரம் குறைவதுபோலத் தோன்றுகிறது. அந்தக் குடுமித் தேவர் எங்கே இருக்கிறார்?" என்று சொல்லியபடியே திண்ணனார் வேகமாகச் சென்றார்.

அவர்கள் பொன்முகலிக் கரையை வந்து அடைந்தார்கள். அங்கே தாம் கொண்டுவந்த பன்றியை இட்டார்கள். திண்ணனார் காடனை நோக்கி, "நீ தீக்கடை கோலால் தீயை மூட்டு; அதற்குள் நாங்கள் இம்மலையின்மேல் ஏறிப் பார்த்துவிட்டு வருகிறோம்" என்று சொல்லிவிட்டு நாணனை அழைத்துக்கொண்டு சென்றார்.

அவர்கள் இருவரும் பொன்முகலியாற்றில் இறங்கி அதைக் கடந்து அப்பாலுள்ள திருக்காளத்தி மலைச்சாரலை அடைந்தார்கள். மலையின்மேல் முன்னே நாணன் செல்லப் பின்னே திண்ணனார் ஏறினார். முன்னாலே செய்த தவத்தின் பயனாக முடிவிலா இன்பத்தைத் தரும் அன்பின் முதிர்ச்சி அப்போது அவர்பால் உண்டாயிற்று. மலையின்மேல் ஏற ஏற அவர் உள்ளம் நெகிழ்ந்தது. என்பும் உருகியது. ஒவ்வோர் அடி

வைக்கும்போதும் அவருடைய வினைச் சுமை கழன்றுகொண்டே வந்தது. அன்பெனும் சக்தி அவரை மிக்க வேகமாக முன்னே இழுத்தது.

மேலே போகப் போக அவருக்கு வேறு ஒரு நினைவும் எழவில்லை. அன்பே உருவமாக மாறினார். மலையின் மேல் ஏறி அம் மலைக் கொழுந்தாக எழுந்தருளி யிருக்கும் சிவலிங்கப் பெருமானைக் கண்டார். அதற்கு முன் இருந்த வேகம் ஆயிரம் மடங்காகப் பெரு கியது. பல காலம் காணாமல் இருந்த தாயைக் கண்ட குழந்தை போல் ஆனார். நெடுநாள் தொலைந்து போயிருந்த உயிர்மணியைப் பெற்ற நாகராஜனைப்போல் இருந்தார். ஆனந்த வெள்ளத்தில் அழுந்தினார். உடம்பில் புளகம் போர்த்தது. அப் பெருமானை அணுகும் ஒவ்வொரு கணமும் ஒவ்வொரு யுகமாகத் தோன்றியது. வேகத்தோடும் மோகத்தோடும் ஓடினார். சிவலிங்கப்பெருமானைத் தழுவிக்கொண்டார்; முத்தமிட்டார்; மோந்து பார்த்தார்; கண்ணிலே ஒற்றிக்கொண்டார். பெருமூச்சுவிட்டார். கண்ணீர் அருவியாக வழிந்தது. இறைவனுடைய அருள் மின்சாரத் தாக்கினால் அவர் அப்போது அடைந்த அநுபவத்தை என்னவென்று சொல்வது!

இப்படி நெடுநேரம் இன்பக் கொந்தளிப்பிலே ஈடுபட்டிருந்த திண்ணனார், "எனக்கு இவர் அகப்பட்டார். என்ன பாக்கியம்!" என்று கூத்தாடினார். "எம்பெருமானே! வனவிலங்குகள் நடமாடும் இந்த இடத்தில் நீர் தனியாக இருக்கிறீரே! துணைக்கு ஒருவரும் இல்லையே!" என்று வருந்தினார். அவர் கையிலுள்ள வில் தானே நழுவியது. அகப்பற்று புறப்பற்று எல்லாமே நழுவிவிட்டன. முன்பு உண்டான பசியை மறந்தார். உடம்பையே மறந்தார்.

இறைவனுடைய திருமேனியின்மேல் பச்சிலையும் பூவும் நீரும் இருப்பதைக் கண்டு, "யாரோ இதெல்லாம் செய்திருக்கிறார்களே!" என்றார். அப்போது நாணன், "எனக்குத் தெரியும். நான் உன் தந்தையோடு இங்கே முன் ஒரு முறை வந்தபோது ஒரு பார்ப்பான் இந்தக் குடுமித் தேவரை நீரால் ஆட்டிப் பச்சிலையும் பூவும் இட்டான்" என்றான்.

"அப்படியா! எம்பெருமானுக்கு இப்படிச் செய்தால் உவப்பாக இருக்கும் போலும்! அப்படியானால் நானும் இதைச் செய்வேன். இவர் பட்டினியாக

அல்லவா கிடக்கிறார்? இவருக்கு யார் இறைச்சி உணவு அளிப்பார்கள்? இதோ நானே போய்க் கொண்டு வந்து இவருக்கு ஊட்டுகிறேன். ஐயோ! இவர் எத்தனை காலம் பட்டினியாக இருக்கிறாரோ!" என்று அங்கலாய்த்தார். உடனே ஓடிப்போய் இறைச்சி முதலியவற்றைக் கொண்டு வரவேண்டும் என்ற ஆசை தோன்றும். இவரைத் தனியே விட்டுப் போவதா?" என்ற எண்ணம் அடுத்தபடி உண்டாகும். மறுபடியும், "இவர் பசியோ டிருக்கிறாரே!" என்ற நினைவினால் சிறிது தூரம் போவார்; பெரு மானைப் பார்த்துக்கொண்டே போவார். பிரிய மனம் வராமல் ஓடி வருவார். கட்டித் தழுவிக்கொண்டு, "உம்மை ஒரு கணமும் பிரிய மாட்டேன்" என்று குழைவார்.

இப்படிப் போவதும் வருவதுமாகச் சில நாழிகைகள் கழிந்தன. "இறைவரே! நீர் பசித்திருக்கிறீரே! போய் நல்ல இறைச்சி கொண்டு வரலாம் என்று எண்ணுகிறேன். நீர் இங்கே தனியாக இருக்கிறீரே! ஆரும் துணையில்லையே! உம்மைத் தனியே விட்டு விட்டு நான் எப்ப டிப் போவேன்!" என்று அழுதார். கடைசியில் ஒருவாறு மனத்தைத் திடப்படுத்திக் கொண்டு கையில் வில்லை எடுத்துக்கொண்டு புறப் பட்டார். கண்ணீர் வாரத் திரும்பத் திரும்பப் பார்த்துக்கொண்டே போனார். அவருக்குப் பின்னால் நாணனும் போனான். திண்ணனாருடைய நிலையைக் கண்டு அவனுக்கு அச்சமும் வியப்பும் உண்டாயின.

திண்ணனார் மலையிலிருந்து கீழே இறங்கினார். பொன்முகலியைக் கடந்து காடன் இருந்த இடத்துக்கு வந்தார். அவரைக் கண்ட வுடன் காடன் எதிர் சென்று, "இதோ நெருப்பைக் கடைந்து மூட்டி யிருக்கிறேன். பன்றியும் இதோ இருக்கிறது. நாம் ஊர் போக நேரமாகிவிட்டதே! இத்தனை தாமதம் ஏன்?" என்று கேட்டான்.

அப்போது நாணன் அவனுக்கு விடை கூறினான்; "என்ன சொல்வது! அங்கே குடுமித்தேவரைக் கண்டு இவன் உடும்புப் பிடியாகப் பிடித்துக்கொண்டான். இப்போது வந்தது அந்தச் சாமிக்கு இறைச்சி கொண்டுபோகத்தான். நம்முடைய குலத் தலைமையை இவன் விட்டு விட்டான். சாமிக்குச் சொந்தக்காரனாகி விட்டான்'' என்றான்.

அதைக் கேட்ட காடன் திண்ணனாரைக் கண்டு, "திண்ணா, நீ என்ன காரியம் செய்தாய்? உனக்கு என்ன, பைத்தியம் பிடித்து விட்டதா? எங்களுக்கெல்லாம் தலைவன் அல்லவா?" என்று கேட்டான்.

அவன் கூறியது அவர் காதில் படவில்லை. அவர் காதிருந்தும் செவிடரைப் போலானார். அவர் தம்முடைய உயிர் நாயகனை விரைவில் சென்று அடைய வேண்டுமென்று ஒரே ஞாபகமாக இருந்தார். ஆதலால் உடனே பன்றியை நெருப்பில் வதக்கி அம்பிலே கோத்து எடுத்தார். தசைகள் நன்றாக வெந்த பிறகு அவற்றைத் தாமே பல்லினால் கடித்துப் பார்த்தார். எந்த எந்தப் பகுதி மிக்க சுவையாக இருக்கின்றனவோ அவற்றைத் தனியே எடுத்துச் சருகிலையால் ஒரு தொன்னை தைத்து அதில் வைத்துக்கொண்டார்.

தசையைக் கடித்துக் கடித்து உமிழ்வதைக் கண்டார்கள் நாணனும் காடனும். "இதென்ன அதிசயமாக இருக்கிறது! சரியான படி சாமி பிடித்திருக்கிறது போலும்! பசிக்குத் தின்னாமல் கடித்துக் கடித்து உமிழ்கிறான். நமக்கும் ஒன்றும் கொடுக்கவில்லை. இவனுடைய பைத்தியத்தைத் தீர்க்க நம்மால் முடியாது. நாகனிடம் சொல்லிப் பூசாரிச்சியையும் மற்ற ஆட்களையும் அழைத்துக் கொண்டு வரலாம்'' என்று அவர்கள் புறப்பட்டு விட்டார்கள்.

அவர்கள் போனதையும் திண்ணனார் உணரவில்லை. கண் இருந்தும் குருடர் போல் ஆனார். அவருடைய பொறிகள் யாவும் சிவக் காதல் மயமாயின. வேண்டிய அளவு தொன்னையில் இறைச்சியை எடுத்துக்கொண்டார். அங்குள்ள செடிகளில் மலர்களைப் பறித்துக்கொண்டார். ஒரு கையில் வில்லும் அம்பும் எடுத்துக் கொண்டார். பறித்த மலர்களைத் தம் தலைமயிரில் செருகிக்கொண்டார். மற்றொரு கையில் இறைச்சித் தொன்னையை ஏந்திக் கொண்டார். எம்பிரானுக்கு நீராட்டவேண்டுமே; அதற்காகத் தம் வாய் நிறையப் பொன்முகலி நீரை ஏற்றுப் புறப்பட்டார். 'என் உயிர் நாயகர் பசித்திருப்பாரே!' என்ற நினைப்போடு வேகமாக வரலானார்.

மலையின்மேல் ஏறிச் சிவலிங்கப் பெருமானைக் கண்டார். முதலில் அவர் மீதிருந்த மலர்களையும் இலைகளையும் தம் செருப்புக் காலால் துடைத்து நீக்கினார். பின்பு தம் அன்பை உமிழ்வார்போல் வாயிலுள்ள மஞ்சன நீரை உமிழ்ந்தார். அவருடைய நாவாகிய இந்திரியம் அப்போது அடங்கி அந்த நீரின் தண்மையையோ சுவையையோ உணராமல் இருந்தது. பிறகு அவர் மெல்ல வளைந்துதம் தலையின்மேல் உள்ள மலர்களை உதிர்த்தார். அப்பால் தாம் கொணர்ந்த ஊனை முன்னே வைத்தார். தாய் தன் குழந்தைக்குக் கொஞ்சியும் கெஞ்சியும் அமுதூட்டுவதுபோல ஊட்டத் தொடங்கினார். "என் நாயகரே, இந்த இறைச்சி அம்பிலே கோத்து நன்றாகப் பக்குவம் பண்ணியது. நாவினால் அதுக்கிப் பார்த்து இனிமை உடையதாகத் தேர்ந்து எடுத்தது. மிகவும் சுவையாக இருப்பது. இதைத் தின்னவேண்டும்'' என்று ஊட்டினார்.

கதிரவன் மறைந்தான். அந்தக் காளத்தி மலையின்மீது அன்பே உருவமாக மாறிய திண்ணனார் பசியை மறந்தார்; பொறி உணர்ச்சியை மறந்தார்; ஊரையும் உறவையும் மறந்தார். உயிர் நாயகனை மாத்திரம் பற்றிக்கொண்டு நின்றார். இரவு வந்தது. 'எம்பெருமானை வன விலங்குகள் வந்து துன்புறுத்துமே. நாம் இவரை நன்றாகப் பாதுகாக்க வேண்டும்' என்ற எண்ணத்தால் கையில் வில்லையும் அம்பையும் எடுத்துக் கொண்டு இறைவனுக்கு அருகே இரவெல்லாம் உறங்காமல் நின்றுகொண்டிருந்தார்.

விடிந்தவுடன், "இன்று எம்பிரானுக்கு இனிய இறைச்சியைக் வேட்டையாடிக் கொண்டுவரவேண்டும். வன மிருகங்களை கொன்று இறைச்சியைக் கொய்து பக்குவமாகக் கொண்டு வரு வேன்" என்று அவர் மலையினின்றும் இறங்கினார். பல வகையான விலங்குகளை வேட்டையாடிக் கொன்றார்.

திண்ணனார் போனவுடன் காலையில் இறைவனுக்குப் பூசை செய்யும் சிவகோசரியார் என்னும் அந்தணர் திருக்காளத்திப் பிரானிடம் வந்தார். அங்கே இறைச்சியும் எலும்பும் சிதறிக்கிடப் பதைக் கண்டு, "ஐயையோ! இந்த அநாசாரத்தை யார் செய்தார்கள்?" என்று பதறினார். யாரோ வேடர்கள் செய்திருக்கவேண்டு மென்று எண்ணினார். உடனே

அவற்றையெல்லால் மாற்றிப் பொன் முகலியிற் சென்று நீராடிவிட்டு வந்தார். செய்யவேண்டிய பரிகாரங்களை முதலிற் செய்து அப்பால் பூசைகளை நிகழ்த்திவிட்டுத் தம்மிடம் சென்றார்.

திண்ணனார் தீ மூட்டி இறைச்சியைப் பக்குவமாக்கி முதல் நாட் போலவே தாமே சுவை பார்த்து மிகவும் இனியவற்றை இலைத் தொன்னையில் எடுத்து வைத்துக்கொண்டார். முன்போலவே தம் தலையில் மலரையும் வாயில் திருமஞ்சன நீரையும் எடுத்துக் கொண்டார். திருக்காளத்தியப்பரிடம் சென்று முன் போலவே பூசனை புரிந்து இரவெல்லாம் விழித்திருந்தார். பகலில் வேட்டையாடுவதும் பின்பு பூசை புரிவதும் இரவில் விழித்திருப்பதுமாக அன்புருவாகிய அவ்வேடர் குல திலகர் செய்துவந்தார். சிவகோசரியாரும் ஒவ்வொரு நாளும் என்பையும் இறைச்சியையும் நீக்கி நீராட்டி மந்திர விதியால் பரிகாரம் செய்து பூசை புரிந்து வந்தார்.

நாணனும் காடனும் ஊர் சென்று திண்ணனார் நிலையை எடுத்துரைத்து நாகனையும் பூசாரிச்சி முதலியவர்களையும் அழைத்துவந்து காட்டினார்கள். அவர்கள் திண்ணனாரிடம் ஏதேதோ சொல்லிப் பார்த்தார்கள். அவர்கள் கூறியது ஒன்றும் அவர் காதில் விழவில்லை. அவரைப் பழைய நிலைக்குக் கொண்டுவருவது தம்மால் இயலாத காரியம் என்று அறிந்து அவர்கள் போய்விட்டார்கள்..

இங்கே சிவகோசரியார் மனம் மிக வருந்தி, 'எம்பெருமானே. ஒவ்வொரு நாளும் இந்த அநாசாரத்தைக் கண்டு மனம் பொறுக்க வில்லையே! அடியேன் என் செய்வேன்! இதைச் செய்வோர் யார் என்று தெரியவில்லையே!" என்று முறையிட்டுக்கொண்டார். அன்று இரவில் அவருடைய கனவில் சிவபெருமான் எழுந்தருளி, "யாரோ வேடன் செய்வது இது என்று நினைக்காதே. அவன் அன்பே உருவமாக இருப்பவன். அவன் எண்ணம், உரை, செயல் எல்லாம் நம்மைப் பற்றியனவே. அவனுடைய அறிவெல்லாம் நம்மை அறியும் அறிவே. அவன் தன் செருப்புக் காலால் முன்புள்ள மலரை நீக்கும் போது, முருகனைக் கொஞ்சுகையில் அவன் சிற்றடி நம்மேல் படும் போது உண்டாகும் இன்பம் உண்டாகிறது. அன்புருவமான அவன் உடம்பாகிய

பாத்திரத்தில் வாய்வழியாக என்மேல் ஊற்றும் புனல் ஒரு முனிவன் செவி வழியாக வந்த கங்கைப் புனலைவிடப் புனித மானது. தன் தலையிலிருந்து அவன் உதிர்க்கும் மலருக்குப் பிரம விஷ்ணுக்கள் செய்யும் அருச்சனை மலர்களும் சமானம் ஆகா. அவன் மென்று சுவைத்துப் பார்த்துத் தரும் ஊன் வேத வேள்வியில் இடும் அவியைவிடச் சிறந்தது. வேத முனிவர் சொல்லும் துதிகளை விட அவன் சொல்லும் அன்பு மொழிகள் எனக்கு இனிக்கின்றன. அவனுடைய அன்பு நிலையை உனக்குக் காட்டுகிறேன். நாளைக்கு நீ ஒளித்திருந்து பார்" என்று கூறியருளினார். சிவகோசரியார் துயிலுணர்ந்து எழுந்து வியந்து, அந்த வேடர் தலைவரைப் பார்க்கும் அவாவோடு இருந்தார்.

அன்று ஆறாவது நாள். திண்ணனார் வழக்கம்போல் வேட்டை யாடச் சென்று பூசைக்குரிய பொருள்களை ஏந்தி வந்தார். வரும் போதே அவருக்குத் தீய சகுனங்கள் உண்டாயின. அவற்றைக் கவனித்தார். "ஐயோ! எங்கள் சாமிக்கு ஏதாவது தீங்கு நேர்ந்ததோ!" என்று படபடத்தார். "இது என்ன? இந்தச் சகுனங்கள் இரத்தக் குறியைக் காட்டுகின்றனவே!" என்று உணர்ந்து வேகமாக ஓடிவந்தார்.

திண்ணனாரின் திண்ணிய பக்தியை வெளிப்படுத்தவேண்டி அப்போது இறைவன் ஒரு சோதனை செய்தான். சிவலிங்கப் பெருமானுடைய வலக்கண்ணில் இரத்தம் கசிந்தது. அங்கே வந்த திண்ணனார் அதைக் கண்டார். துடிதுடித்துப் போனார், நிலைகுலைந்து வீழ்ந்தார், எழுந்தார். பதறினார். இறைவன் கண்ணைத் துடைத்தார். இரத்தம் நிற்கவில்லை. மறுபடியும் விழுந்தார். பதை பதைத்தார். "இந்தக் காரியம் செய்தவர் யார்? வேடரோ? வனவிலங்கோ? யாராக இருந்தாலும் இதோ தொலைத்து விடுகிறேன்" என்று கையில் வில்கல் யும் அம்பையும் எடுத்துக்கொண்டு அங்கும் இங்கும் ஓடிப் பார்த்தார். ஒருவரையும் காணவில்லை. "ஐயோ! இதற்கு என்ன செய்வேன்!" என்று புலம்பினார். "எங்கள் ஐயருக்கு என்ன புண் வந்தது? என் உயிருக்குயிராம் உத்தமருக்கு வந்த தீங்கு என்ன? மேவினார் பிரிய மாட்டா விமலனாருக்கு அடுத்தது என்னோ?" என்று கதறினார். "என்ன செய்தால் இது தீரும்? புண்ணுக்குப் பச்சிலை கட்டுவார்கள். நான் போய்க் கொண்டு வருகிறேன்" என்று ஓடினார். ஏதேதோ பச்சிலையைக் கொண்டுவந்து பிழிந்து இறைவன் கண்ணில்

தடவினார். ஒன்றாலும் இரத்தம் நிற்கவில்லை. “இனி என்செய்வேன்!” என்று துயரம் மீதூர்ந்து நின்றபோது அவருக்கு ஒரு நினைவு வந்தது. 'ஊனுக்கு ஊன் என்று சொல்வார்களே! அதைச் செய்து பார்க்கலாம்' என்று தோன்றவே, 'என்னுடைய கண்ணைப் பறித்து அப்புவேன். அப்போது இது நீங்கலாம்' என்று ஓர் அம்பால் தம் கண்ணைத் தோண்டினார்; இறைவர் கண்ணில் அப்பினார்.

உடனே இரத்தம் நின்றுவிட்டது. திண்ணனார், தம் கண்ணில் இரத்தம் வழிவதை உணரவில்லை. கண் உள்ள இடம் அம்பால் புண் ஆனதையும் உணரவில்லை. உடம்பை மறந்த அன்பு நிலையில் இருந்தார். இரத்தம் நின்றதைக் கண்டார். ஆனந்தக் கூத்தாடினார். "நல்ல காரியம் செய்தேன்!'" என்று தம் தோளைக் கொட்டி ஆரவாரித்தார்.

இறைவன் மீட்டும் சோதனை செய்யலானான். வலக் கண்ணில் குருதி நின்றதும், இடக்கண்ணில் இரத்தம் பெருகத் தொடங்கியது. அதைத் திண்ணனார் கண்டார். இப்போது அவருக்குத் துயரம் உண்டாகவில்லை. 'கைகண்ட மருந்தைத் தெரிந்து கொண்டேன். இன்னும் ஒரு கண் எனக்கு இருக்கிறதே! அதையும் தோண்டி இடு வேன்' என்று எண்ணினார். கண்ணை இழந்தால் இறைவன் கண் இருக்கும் இடம் தெரியாது. ஆதலால் அதை அடையாளம் காண வேண்டி, இறைவன் இடக் கண்ணில் தம்முடைய இடக்காலை ஊன்றிக் கொண்டார். ஓர் அம்பை எடுத்துத் தம் கண்ணைத் தோண்டப் புகுந்தார்.

அதற்குள் இறைவனுக்குப் பொறுக்கவில்லை. தருமத்தையே வாகனமாகக் கொண்ட எம்பெருமான், திண்ணனாரை ஆட்கொண்ட கருணைக் கடல், திருக்காளத்தியப்பன் உடனே தன் திருக்கையை நீட்டித் திண்ணனார் கையைப் பிடித்துக்கொண்டு, "நில்லு கண்ணப்ப, நில்லு கண்ணப்ப, நில்லு கண்ணப்ப” என்று மூன்று முறை கூறியருளினான்.

இந்த நிகழ்ச்சியை மறைவிடத்திலிருந்து சிவகோசரியார் கண்டார். தேவர்கள் பூமாரி பொழிந்தனர். சிவபெருமான், "கண்ணப்பா, நீ எப்போதும் என் வலப் பாகத்தில் நின்றிருப்பாயாக!' என்று அருள் செய்தான்.

கண்ணப்பர் ஆறே நாளில் இறைவனுடைய திருவருளைப் பெற்றார்.

கல்லடிமங்கன் காலணாக் காசுக்காகத் தன் கையைக் கீறிக் காட்டுகிறான். அந்த அளவில் அவன் உடலில் உண்டாகும் துன்பத்தைப் பொறுத்துக் கொள்கிறான். வெயிலில் வீதியில் புரளும் பிச்சைக் காரன் உடம்பில் சூரிய வெப்பம் உறைப்பதில்லை; உடம்பு மரத்துப் போகிறது. அவன் ஓரளவு உடம்புணர்ச்சியை மறந்து விடுகிறான். போர்க்களத்தில் வீரன் தன் மார்பில் புண்பட்டாலும் உறுப்பை இழந்தாலும் அதனைப் பொருட்படுத்தாமல் போர் செய்கிறான். அவனும் ஓரளவு உடம்பை மறந்து விடுகிறான். சண்டையிடும் சேவல்கூடப் போர் செய்யும் ஆத்திரத்தில் கத்திக் காயத்தைப் பொருட் படுத்துவதில்லை. அப்படி இருக்கப் பொறியுணர்ச்சியை மறந்து, சிவபெருமானுடைய பக்திப் பெருக்கிலே மூழ்கி, முன்னைப் பற்றெல்லாம் நழுவி நின்ற கண்ணப்பர் தம் கண்ணைத் தோண்டி அப்பியது இயற்கைக்கு மாறுபட்டது அன்று. அவருடைய உள்ளப் பான்மையை உணர்ந்துகொண்டால் அன்பின் விளைவாகிய இச் செயல் இயற்கை யானதே என்று தெரியவரும்.

கண்ணப்பர் அன்பின் உச்சநிலையில் இருந்தவர். அதனால் மணிவாசகப் பெருமான், "கண்ணப்பன் ஒப்பதோர் அன்பின்மை கண்டதற்பின்'" என்று சொன்னார். கண்ணப்பன் வேறு, அன்பு வேறு என்று கொள்ளக் கூடாது. அன்பே உருவமானவர் அவர். ஆதலால், "கண்ணப்பன் ஒப்பவோ ரன்பன் இன்மை" என்னாமல், "கண்ணப்பன் ஒப்பதோர் அன்பு இன்மை'' என்று பாடினார் மணி வாசகர். ஆம்! அந்த அன்புக்கு இணையான அன்பு முன்பும் இல்லை, பின்பும் இல்லை.

----

11. குங்கிலியக் கலய நாயனார்

சோழ மண்டலத்தில் உள்ளது திருக்கடவூர் வீரட்டம். மார்க்கண்டேயருக்காகச் சிவபெருமான் காலனை உதைத்த திருத்தலம் அது. அங்கே இறைவனுடைய அருளை நினைந்து வாழும் அந்தணர் பலர் இருந்து வந்தனர். அவர்களுக்குள் கலயர் என்பவர் ஒருவர். அவர் திருக்கடவூர் வீரட்டத்தில் எம்பெருமான் சந்நிதியில் குங்கிலியத் தூபம் இடும் திருத்தொண்டைச் செய்து வந்தார்.

இறைவனுடைய திருவருள் அவரைச் சோதனை செய்து, உலகத்தாருக்கு அவருடைய பெருமையைக் காட்ட எண்ணியதனால், அவருக்கு வறுமை உண்டாயிற்று. தமக்கு வேண்டிய பொருள்களைக் குறைத்துக்கொண்டாரேயன்றி, இறைவனுக்கு இடும் குங்கிலியத் தூபத்தைக் குறைக்கவில்லை. வறுமை வளரவே தம்முடைய கன்று காலிகளை விற்றார்; நிலத்தை விற்றார்.

கடைசியில் ஒன்றும் இல்லாமற் போயிற்று. இரண்டு நாட்களாகக் குழந்தைகளுக்கும் மற்றவர்களுக்கும் உணவே இல்லை. அவர் கையில் இப்போது எப்பொருளும் இல்லாமல் வறண்டு போயிற்று. அப்போது அவருடைய மனைவியார், 'என் செய்வது?' என்று யோசித்தார். அவர் திருக்கழுத்தில் திருமங்கலியம் மாத்திரம் இருந்தது. அதனைக் கழற்றித் தம் கணவரிடம் அளித்து, "குழந்தைகள் உணவின்றி வாடுகின்றன. இதைக் கொண்டு போய் விற்று நெல் வாங்கி வாருங்கள்" என்று சொல்லி அனுப்பினார். கலயர் அதனை வாங்கிக் கொண்டு நெல் வாங்கலாம் என்ற எண்ணத்தோடு வெளியே புறப்பட்டு வந்தார்.

அவர் தெருவின் வழியே வந்துகொண்டிருக்கையில் எதிரே ஒரு வணிகன் மாட்டின்மேல் ஏதோ பொதியைப் போட்டுக்கொண்டு வந்தான். குங்கிலியக் கலய நாயனார், "என்ன மூட்டை அப்பா, இது?" என்று கேட்டார்.

"குங்கிலிய மூட்டை" என்றான் அவன்.

அந்த வார்த்தை அவர் காதில் விழுந்தது. அவர் தாம் நெல் வாங்க வந்ததை மறந்தார். தம் மனைவியின் வேண்டுகோளை மறந்தார். தம் குழந்தைகள் பட்டினியோடு வாடுவதை மறந்தார். உணவு இன்றித் தாமே சோர்வடைந்ததை மறந்துவிட்டார்.

'ஆ! குங்கிலியமா! எம்பெருமான் கைங்கரியத்துக்கு உரிய பொருள் அல்லவா? இறைவனுடைய திருவருளை என்னென்று சொல்வது! என் கையில் பொன்னைத் தந்து எதிரே குங்கிலியப் பொதியையும் வரச் செய்திருக்கிறான்" என்று களிப்பெய்தினார்.

"பொன் கொடுத்தால் குங்கிலியம் கொடுப்பாயா?" என்று வணிகனைக் கேட்டார்.

"இதை விலைக்குக் கொடுக்கத்தான் கொண்டு வந்தேன். எத்தனை பொன்னுக்கு வேண்டும்?" என்று அவன் கேட்டான்.

உடனே அளவற்ற மகிழ்ச்சியை அடைந்த குங்கிலியக் கலயர் தம் கரத்தில் இருந்த தாலியைக் காட்ட, வணிகன் அதைப் பெற்றுக் கொண்டு குங்கிலியப் பொதியை அவருக்கு அளித்துச் சென்றான். அதைப் பெற்ற நாயனார் பெரும் புதையலைப் பெற்ற வறியவனைப்போல நேரே கோயிலுக்குச் சென்றார். குங்கிலியப் பொதியை அங்குள்ள உக்கிராணத்திற் சேர்ப்பித்து இறைவனுடைய அருளை எண்ணி வியந்துகொண்டே இருந்தார்.

இரவு வந்தது. வீட்டில் உள்ள கலயருடைய மனைவியாரும் பிள்ளைகளும் பசியால் வாடித் தூங்கிப் போயினர். அப்போது இறைவன் திருவருளால் வீட்டில் நெல்லும் பொன்னும் ஆடையும் அணியும் நிரம்பின. கனவில் கலயருடைய மனைவியாருக்கு இறைவன் இச் செய்தியை அறிவித்துத் திருக்கோயிலில் இருந்த நாயனாருக்கும் அறிவித்தான். அந்தப் பெண்மணியார் எழுந்து பார்க்கையில் வீடு முழுவதும் பொருள்கள் நிரம்பி யிருப்பதைக் கண்டார். உடனே திரு வமுது சமைக்கத் தொடங்கினார். குங்கிலியக் கலயரும் ஆலயத்திலிருந்து வந்து தம் மனையில் இறைவன் திருவருளால் நிகழ்ந்தவற்றைக் கண்டு விம்மிதம்

அடைந்து வாழ்த்தினர். பிறகு வழக்கம் போல் தம்முடைய திருத்தொண்டைக் குறைவின்றிச் செய்து கொண்டு வந்தார்.

திருப்பனந்தாள் என்னும் தலத்தில் செஞ்சடையப்பன் என்னும் திருநாமம் பூண்ட இறைவனுக்குப் பூசை புரிந்து வந்த ஆதி சைவர். ஒருநாள் வெளியூருக்குச் செல்லவேண்டி இருந்தது. அவருக்கு ஆண் மகவு இன்மையால் தம் பெண்ணை நோக்கி, "நீ கோயிலுக்குச் சென்று பூசை செய்" என்று சொல்லிப் போனார். அவ்வாறே அவ் விளம்பெண் பூசைக்குரிய பண்டங்களைக் கொண்டு கோயில் சென்றாள். அபிடேகம் முதலியவை செய்த பிறகு மாலையை அணிய எடுத்தாள். அப்போது இடையில் இருந்த ஆடை நழுவவே அதனை முழங் கைகளாலும் இடுக்கிக் கொண்டாள். கையில் மாலை இருந்தது. மாலையைக் கீழே வைத்துவிட்டு உடையைக் கட்டிக் கொண்டு மீட்டும் மாலையை இறைவனுக்கு அணிய வேண்டும். இவ்வளவு யோசனை அந்தக் குழந்தைக்குத் தோன்றவில்லை. ஆடையை இடுக்கியபடியே மாலையைப் போட முடியாமல் தவித்துப் போனாள். குழந்தையின் உணர்ச்சியைக் கண்ட இறைவன் வளைந்தான். உடனே குழந்தை மாலையைப் போட்டுவிட்டாள்; பூசையை முடித்துவிட்டு வீட்டுக்குச் சென்றாள்.

மறுநாள் அவளுடைய தந்தையார் வந்து பார்த்தபோது சிவலிங்கம் சாய்ந்திருப்பதைக் கண்டார். குழந்தை சொன்னதைக் கேட்டு வியந்து, மீட்டும் சிவலிங்கப் பெருமானை நேரே நிமிர்த்திப் பார்த்தார்; முடியவில்லை. உறவினர்களின் உதவியைக் கொண்டு முயன்றார்; இயலவில்லை. பின்பு இந்தச் செய்தி எங்கும் பரவியது. சோழ மன்னன் வரையில் எட்டியது. அம் மன்னன் யானை, குதிரை முதலிய சேனைகளுடன் வந்து, சிவலிங்கத்தின்மேல் பட்டைச் சுற்றச் செய்து அதன்மேல் கயிற்றைக் கட்டி யானைகளைக் கொண்டு இழுக்கச் செய்தான்.

யார் இழுத்தாலும் அவர்கள் கையிளைத்து விழுந்தார்களேயன்றிச் சிவலிங்கம் நிமிரவில்லை. ஒவ்வொரு நாளும் இந்த முயற்சி நிகழ்ந்து கொண்டே இருந்தது. தமிழ்நாடு முழுவதும் இந்தச் செய்தி பரவியது. திருக்கடவூரில் இருந்த குங்கிலியக் கலயருக்கும் இது தெரிந்தது. "பலரும் கயிற்றை இழுத்து இளைத்துப் போகிறார்கள் என்றால், நானும் அந்த

இளைப்பில் பங்கு கொள்வேன்" என்று அவர் திருப்பனந்தாளுக்குச் சென்றார்.

அவர் இறைவன் திருமேனியில் ஒரு மணிக் கயிற்றைக் கட்டி அதைத் தம் கழுத்தில் கட்டிக்கொண்டு இழுக்க முயன்றார். மற்றவர்கள் கையால் இழுத்தார்கள். அவரோ கழுத்திலே கயிற்றைக் கட்டிக் கொண்டு இழுத்தார். மற்றவர்கள் கை வலி உண்டானால் நிறுத்தினார்கள். அவரோ கயிறு கழுத்தில் இறுகினால், உயிர் விடவேண்டிய நிலையில் தம்மை வைத்துக்கொண்டு இழுத்தார். சிவலிங்கம் நிமிரா விட்டால் தம் கழுத்து இறுகும், தம் உயிர்போகும் என்று அவர் அஞ்சவில்லை. இழுக்கத் தொடங்கினார்.

அவர் கயிற்றினாலா இழுத்தார்? தம்முடைய ஒருமைப்பாடுடைய அன்பினால் இழுத்தார். அத்தகைய அன்பருக்கு ஊறுபாடு வரும்படி? இறைவன் விடுவானா? கலயனார் தம் கழுத்தில் கயிற்றைப் பூட்டி இழுக்கத் தொடங்கியதுதான் தாமதம்; உடனே சிவலிங்கம் நிமிர்ந்துவிட்டது. குழந்தையின் அன்புக்காக வளைந்த பெருமான் குங்கிலியக் கலய நாயனார் அன்பு கண்டு நிமிர்ந்தார்.

அது கண்டு யாவரும் ஆரவாரம் செய்தனர். மன்னன் துயரம் நீங்கி நாயனாரைப் போற்றினான்.

தாடகை என்னும் ஆதிசைவப் பெண்ணுக்கு இறைவன் இரங்கிய இடமாதலின் அத்தலத்துக்குத் தாடகேச்சுரம் என்ற திருநாமம் உண்டாயிற்று.

அப்பால் இறைவனுக்குரிய குங்கிலியத் திருத்தொண்டை நெடு நாள் செய்துகொண்டு வாழ்ந்து, பின்பு இறைவன் திருவடி நீழலில் இணைந்து பேரின்ப வாழ்வு பெற்றார் குங்கிலியக் கலயர்.

----

12. மானக்கஞ்சாற நாயனார்

சோழ நாட்டில் கஞ்சாறூர் என்னும் திருத்தலத்தில் மானக்கஞ் சாறர் என்ற சிவபக்தர் வாழ்ந்து வந்தார். அவர் சோழ அரசர்களுக்குச் சேனாதிபதியாக இருந்தவர்களின் குடியில் பிறந்தவர். இறைவன் திருவருளால் நல்ல செல்வமும் வளவாழ்வும் உடையவராக வாழ்ந்தார். தாம் பெற்ற பொருளை இறைவனுடைய அடியார்களுக்கு எப்போதும் ஈந்து வழிபட்டு உவக்கும் தன்மை உடையவர் அவர்.

அவருக்கு நெடுங்காலமாக மக்கட்பேறு இல்லாமல் இருந்தது. இறைவனைத் தமக்கு மகப்பேறு வேண்டுமென்று அவர் வேண்டினார். அவனுடைய திருவருளால் அவருக்கு ஒரு பெண் குழந்தை பிறந்தது. நெடுங் காலமாகத் தவம் செய்து இறைவன் திருவருளால் பெற்ற பெண்ணாதலின் அந்தக் குழந்தையை மிக அருமைப் பாட்டுடன் அவரும் அவருடைய மனைவியாரும் வளர்த்து வந்தார்கள்.

பேதைப் பருவம் கடந்து பெதும்பைப் பருவம் அடைந்து, பின்பு மங்கைப் பருவம் எய்தி அழகு பொங்க மணத்துக்குரிய செவ்வியை அடைந்து நின்றாள் மானக்கஞ்சாறரின் அருமைப் புதல்வி. அப் பெண் அழகும் வளமும் அறிவும் சிறந்து விளங்குதலை அறிந்த ஏயர்கோன் கலிக்காம நாயனார் என்பவர், முதியவர்களை அனுப்பித் தமக்கு அப்பெண்ணை மணம் பேசும்படி செய்தார். அவர்கள் மானக் கஞ்சாறரிடம் வந்துதம் கருத்தைத் தெரிவித்தார்கள். அவர் அவர்கள் வாயிலாக ஏயர்கோன் கலிக்காமருடைய தகுதியை உணர்ந்தார். கலிக்காமர் சிறந்த சிவபக்தர் என்பதையும் தெரிந்து கொண்டார். ஆகவே, இவர் நம் மகளுக்கு எவ்வகையாலும் ஏற்புடைய மணவாளர் என்று எண்ணித் தம் மகளை மணம் செய்து அளிக்க ஒப்புக் கொண்டார்.

பெரியவர்களைக் கொண்டு முகூர்த்த நாள் வைத்தார்கள். திருமணத்துக்குரியவற்றை இருசாராரும் செய்யத் தொடங்கினர். திருமண நாள் வந்தது. ஏயர்கோன் கலிக்காமரும் அவரைச் சார்ந்தவர்களும் கஞ்சாறூர் வந்து சேர்ந்தார்கள். அன்று கஞ்சாறர் பெண்ணுக்கு வாச

நீராட்டித் திருமணத்துக்கு ஏற்ற அலங்காரங்களை யெல்லாம் செய்யலானார்கள்.

அப்போது சிவபெருமான் கஞ்சாறருடைய அடியார் பக்தியை உலகுக்கு வெளிப்படுத்தத் திருவுள்ளம் கொண்டான். மகாவிரதம் பூண்ட முனிவராக நாயனாருடைய மனைக்கு எழுந்தருளினான். மகா விரதம் என்பது சைவ பேதங்களில் ஒன்று. எலும்பினாலான பல மணிகளை அம்முனிவர் அணிந்திருந்தார். தலைமயிரால் அமைந்த பஞ்சவடி என்ற வடத்தையும் அணிந்திருந்தார். தலையில் சிகையும் அதில் என்பு மணியும் விளங்கின. நெற்றியில் திருநீறு ஒளிர்ந்தது.

அந்த அடியார் வருவதைக் கண்டதும் மானக்கஞ்சாறர் அவரை வரவேற்றுத் திருவடியில் விழுந்து பணிந்து எழுந்தார். "இந்தச் சமயத்தில் தேவரீர் எழுந்தருளியது அடியேனுடைய பாக்கியம்" என்று சொல்லி நின்றார். அம் முனிவர் வீட்டில் இருக்கும் அலங்காரங்கள் முதலியவற்றைக் கண்டு கேட்பவரைப்போல, "இந்த வீட்டில் ஏதோ மங்கல காரியம் நடக்கப் போகிறதுபோல் தோன்றுகிறது. என்ன அது?" என்று கேட்டார். நாயனார், "என் மகளுக்குத் திருமணம் இன்று நிகழவேண்டும்" என்று கூறவே முனிவர், 'அப்படியா? சோபனம் உண்டாகட்டும்!" என்று ஆசி கூறினார். நாயனார் தம் மகளை அழைத்து வந்து முனிவருடைய திருவடியில் விழுந்து வணங்கச் செய்தார்.

தம்மைப் பணிந்த பெண்ணைப் பார்த்தார் முனிவர். அவர் பார்வை அவளுடைய நெடுங் கூந்தலின்மேல் சென்றது. மானக்கஞ் சாறரைப் பார்த்து, "இவளுடைய கூந்தல் கிடைத்தால் நம்முடைய பஞ்சவடிக்குப் பயன்படும்" என்றார்.

அதைச் செவியுற்ற கஞ்சாறர் பெரும்பேறு பெற்றவரைப் போன்ற உவகையை அடைந்தார். கையில் வாளை உருவினார். மணப்பீடத்தில் அமரப் போகும் நிலையில் இருக்கிறாள் அவள் என்பதை மறந்தார். தாம் செய்யப் போகும் செயலால் மணமகன் சீற்றம் அடைதல் கூடும் என்பதையும் எண்ணவில்லை. கணப் போதில் தம் மகளுடைய கூந்தலை அடியோடு அரிந்து முனிவர் திருக் கரத்தில் கொடுத்தார்.

அதை வாங்குவதற்குக் கை நீட்டியவராக நின்றிருந்த பெருமான் மறைந்தருளினான். உடனே வானத்தில் விடையின்மேல் உமாதேவியுடன் எழுந்தருளித் தன் திருக்கோலத்தைக் காட்டி, "உன் அன்புத் திறத்தை உலகறியச் செய்தோம்"என்று திருவாய் மலர்ந்தருளினான்.

மங்கல வினைக்கு உரியவளாக நின்ற மகள் கூந்தலைக் கொய்வது அமங்கலம் என்று நினையாமல், அவளை அந்த நிலையில் மணம் புரியாமல் சினந்து மணமகன் போய்விட்டால் அவள் வாழ்வே துயர் நிரம்பியதாகிவிடும் என்பதையும் அறியாமல், அடியார் வேண்டுவதை உடனே கொடுப்பதையே கொள்கையாகக் கொண்டிருந்த கஞ்சாறர், தம் மகளுடைய கூந்தலை அரிந்து கொடுத்தார். ஒரு குறிக்கோளை உடையவர் அதனைக் கடைப் பிடிக்கையில் என்ன தடை வந்தாலும் சலியாமல் ஒழுகினால் அவர் சிறந்த நிலையை அடைவார். மானக்கஞ்சாறருக்குத் தம்முடைய மகளின்மேல் சிறந்த அன்பு உண்டு. ஆனால் அதற்கு மேற்பட்டு நின்றது. அடியார்களி த்தில் அவருக்கு இருந்த பக்தி. நன்மை தீமை எது வந்தாலும் தாம் கொண்ட கொள்கையின்படி ஒழுகுபவர் பெரியோர். உலகில் யாவராலும் அப்படி நடக்க இயலாது. 'செயற்கரிய செய்யும் பெரியோராக இருந்தாலன்றி ஏனையவர்களால் மனத்திண்மையுடன் இருக்க முடியாது.

இறைவனுடைய திருக்காட்சி பெற்று மகிழ்ந்தார் மானக்கஞ் சாறர். குறித்த வேளையில் மணக்கோலம் பூண்டு மணமகனாராகிய கலிக்காமர் வந்தார். அங்கே நிகழ்ந்தவற்றை உணர்ந்து, இறைவன் திருவருளை எண்ணி உருகினார். கஞ்சாறருடைய மகளை அந்த நிலையிலே திருமணம் செய்துகொண்டு இன்புற்றார். கூத்தன் அருளால் கூந்தலும் வளர்ந்தது.

----

13. அரிவாட்டாய நாயனார்

சோழ நாட்டில் கணமங்கலம் என்பது நெல் வளம் மிக்க பதி. அவ்வூரில் வேளாண் குலத்தில் தாயனார் என்ற அன்பர் ஒருவர் நல் லொழுக்கமும் சீலமும் உடையவராய் இல்லற வாழ்வில் சிறந்து நின்றார். சிவபெருமானிடத்தில் மாறாத அன்புடையவர் அவர். தான் படைத்த பொருள்களில் நல்லனவற்றைத் தேர்ந்தெடுத்துத் தன் கணவனுக்குத் தருவது நன்மகள் இயல்பு. அப்படி நல்ல பொருள்களை இறைவனுக்குக் காணிக்கையாக்க வேண்டும் என்னும் ஆர்வம் உடையவராக இருந்தார் தாயனார்.

நாள்தோறும் சிவபெருமான் திருக்கோயிலுக்குச் செந்நெல் அரிசியும். செங்கீரையும். மாவடுவும் அனுப்பி இறைவனுக்கு நிவேதனம் செய்விப்பதை விரதமாகக் கொண்டிருந்தார் அவர். எந்தக் காரியத்துக்குத் தடை வந்தாலும், இதை மாத்திரம் நிறுத்தாமல் செய்து வந்தார். கடைப்பிடியில் பிறழாமல் நின்ற அவருடைய அன்பை ஊரினர் ஓரளவு அறிந்திருந்தனர்.

குறிக்கோள் ஏதும் இல்லாமல் வாழ்கிறவர் வாழ்வு வீணாகும். குறிக்கோள் ஒன்றை மேற்கொண்டு இன்னல் வரும்போது அதை நழுவவிடுகிறவர்கள் கோழைகள். அவர்கள் இறைவன் திருவருள் கிடைத்தாலும் நழுவ விட்டுவிடுவார்கள். எந்த நிலையிலும் எந்த இடர் வந்தாலும் தாம் கொண்ட கொள்கையை விடாமல் பிடித்து ஒழுகுகிறவர்கள் உலகில் உயர்ந்த நிலை பெறுவார்கள்.

இறைவன்பால் அன்புடையவர்களுக்குச் சோதனை பல நிகழும். தாம்பெற்றவற்றை உற்றார் உறவினரோடு உண்டு வாழ்பவருக்கே பல தடைகள் உண்டாகும். அப்படியின்றி இறைவனே தந்தையென்றும் அவன் அடியார்களே தமர் என்றும் எண்ணி வாழ்கிறவர்களுக்கு வரும் இடையூறுகளைச் சொல்லவா வேண்டும்?

"சுடச்சுடரும் பொன்போல் ஒளிவிடும் துன்பம்
சுடச்சுட நோற்கிற் பவர்க்கு"

என்பார் வள்ளுவர். துன்பம் வரவர அதனால் தளர்ச்சியடையாமல் தம் கொள்கையைப் பற்றி நின்று வெற்றி பெறுபவர்களே தவத்திற் சிறந்தவர்களாவார்கள்.

தாயனாருக்கு இறைவன் திருவருள் சோதனைகளை உண்டாக்கியது. அவருடைய செல்வம் வரவரக் குறையத் தொடங்கியது. ஆயினும் அவர் இறைவனுக்குச் செந்நெல்லும் செங்கீரையும் மாவடுவும் நிவேதனம் செய்யும் பணியினின்றும் தவறாமல் நின்றார்.

யானை உண்ட விளங் கனிபோல அவர் செல்வம் முற்றுமே மறைந்தது. தாயனார் தம்முடைய உணவுக்கே வழியின்றித் திண்டாடினார். அப்போதும் அவர் தம்முடைய தொண்டை நிறுத்தவே இல்லை. கூலீ வேலை செய்யப் புறப்பட்டார். செந்நெல்லும் கார் நெல்லும் அறுக்கும் தொழிலில் கிடைத்த நெற் கூலியைக் கொண்டு வருவார். செந்நெல்லாகக் கிடைத்த கூலியை அப்படியே இறைவனுக்கு வழங்கி விடுவார்; கார் நெல்லைத் தம் உணவின் பொருட்டுப் பயன்படுத்திக் கொள்வார். வளமாகத் தாம் வாழ்ந்த ஊரில் கூலி வேலை செய்யலாமா என்று அவர் நினைக்கவில்லை. 'எம்பெருமானுக்கு நிவேதனம் செய்யும் செந்நெல்நமக்குக் கிடைக்கிறதே!' என்று அவர் இன்புற்றார்.

இறைவன் பின்னும் சோதனையைக் கடுமையாக்கினான். ஊர் முழுவதுமே செந்நெல் விளைந்தது. கதிரை அறுத்துக் கூலிகொண்ட தாயனாருக்குக் கூலி முழுவதும் செந்நெல்லாகக் கிடைத்தது. செந் நெல்லையெல்லாம் இறைவன் நிவேதனத்துக்கே அர்ப்பணம் செய்யும் இயல்புடையவர் ஆதலின் அந்நெல் முழுவதையும் சிவபிரானுக்கே வழங்கினார். "நமக்குச் சோறு இல்லையே!" என்று அவர் வருந்தவில்லை. 'இறைவனுக்கு நிவேதனம் செய்ய இவ்வளவு கிடைக்கிறதே, என்று மகிழ்ச்சியடைந்தார்.

அவருடைய மனைவி வீட்டின் புறக்கடைத் தோட்டத்தில் விளைந்த கீரையைப் பறித்துப் பக்குவம் செய்து படைக்க, அதையே அவர் உணவாக

உண்டு வந்தார். அந்தக் கீரைக்கும் பஞ்சம் வந்து வந்துவிட்டது. அப்போது வெறுந் தண்ணீரைக் குடித்து வயிற்றை நிரப்பினார் தாயனார்.

இந்த நிலையில் ஒரு நாள் தாம் ஒரு கூடையில் செந்நெல் அரிசியும் மாவடுவும் செங்கீரையும் சுமந்துகொண்டு சிவபிரான் திருக்கோயிலை நோக்கிச் சென்றார். அவருடன் அவர் மனைவியார் பஞ்ச கௌவியத்தை ஏந்திச் சென்றார்.

உணவிலா இளைப்பினால் வழியில் ஒரு வெடிப்பில் கால் தடுக்கித் தாயனார் வீழ்ந்தார். அவர் கூடையில் சுமந்து சென்ற பொருள்கள் யாவும் அந்த நிலவெடிப்பில் விழுந்துவிட்டன. 'இனிக் கோயிலுக்குப் போய் என்ன செய்வது?' என்று எண்ணினார். எம்பெருமானுக்கென்று எடுத்துச் செல்லும் இவை இங்கே விழுந்து விட்டன. இறைவன் இல்லாத இடம் ஒன்றும் இல்லை. இவை விழுந்து சிதறிய இவ்விடத்திலும் அவன் இருக்கிறான். இந்த நிவேதனப் பொருள்களை அவன் திருவுள்ளம் கொண்டால் இத்த இடத்திலும் ஏற்றுக் கொள்ளலாம். அப்படி ஏற்றுக் கொள்வதற்கு நான் புண்ணியம் செய்திருக்க வேண்டும். மாபாவியாகிய நான் விரும்புவதற்காக அவ்வாறு இறைவன் செய்வானா? இந்தப் பிறவி இருந்தென்ன, போய் என்ன?" என்று மனம் நைந்தார் அவர். 'இனி வாழ்வதால் பயன் இல்லை' என்ற எண்ணத்தால் தம்மிடம் இருந்த கருக்கரிவாளால் தம் கழுத்தை அரிந்துகொள்ளத் தொடங்கினார். 'என்னுடைய அன்பும் புண்ணியமும் மிகுதியாக இருந்தால் இவ்விடத்திலேயே எம்பெருமான் இப் பொருள்களை ஏற்றருள்வானே! என் அன்பு போதாது என்பதை நானே நன்கு அறிவேன்' என்று ஏங்கிக் குலைந்து அவர் ஊட்டியை அரியப் புக்கபோது இறைவன் திருவுள்ளம் கனிந்தான். அதற்குமேல் சோதனை செய்ய ஐயனுக்கு உள்ளம் இல்லை.

உடனே அந்தப் பிளப்பிலிருந்து ஒரு திருக்கரம் தோன்றி ஊட்டியை அரிந்த தாயனார் கரத்தை வாளோடு பற்றி நிறுத்தியது. அதே சமயத்தில் வெடுக்கு வெடுக்கென்று மாவடுவைக் கடிக்கும் ஒலி கேட் டது. இந்த அற்புதத்தைக் கண்ட தாயனார் இறைவன் கருணையை நினைந்து உருகினார். "அடியேனுடைய அறிவின்மையைக் கண்டும் அடியேனை ஆளாக்கிக் கொள்ளும் பொருட்டு இங்கே வெடிப்பிலும் எழுந்தருளி அமுது

செய்தருளிய பெருமானே! பரஞ்சோதியே! உமா தேவியைப் பங்கிலுடைய அப்பனே! பவளமேனியனே! புரிசடைப் புராணனே! போற்றி போற்றி!" என்று வாழ்த்தினார். அப்போது இறைவன் இடப வாகனனாக எழுந்தருளி, "நின்னுடைய விரதம் நன்று. நின் அன்பைக் கண்டு உவந்தோம். இனி நீ நின் மனையாட்டி யோடு எம் அருகில் வாழ்வாயாக" என்று அருளிச் செய்து மறைந்தான்.

'இறைவன் இவ்விடத்தில் அமுது செய்யும் பேறு பெற்றிலேனே!" என்று அரிவாளினால் தம் கழுத்தை அரியப் புக்கமையால் அவருக்கு அரிவாள் தாய நாயனார் என்ற பெயர் உண்டாயிற்று.

கொண்ட கொள்கையில் பிறழாமல் நின்று, அது பிறழும்போது உயிரையும் விடத் துணிந்தது பெருவீரம். இத்தகைய வீரமே நாயன்மார்களிடம் உள்ள சிறப்பு.

----

14. ஆனாய நாயனார்

ஆயர் குலத்தில் அணி விளக்காகத் தோன்றினவர் ஆனாய நாயனார். ஆயர்கள் பசு, எருமை, ஆடு என்னும் மூவகை இனங்களையும் மேய்ப்பார்கள். ஆனாயர் ஆனினங்களை மாத்திரம் மேய்க்கும் தொழிலில் ஈடுபட்டார். அவருடைய இயற்பெயர் வேறு என்றே தோன்றுகின்றது.

இப்போது திருவானைக்கா இருக்கும் இடத்தைச் சூழ்ந்த இடங்களுக்கு மழநாடு என்ற பெயர் பழங்காலத்தில் வழங்கி வந்தது. அதன் மேற்பகுதி மேல் மழநாடு. அந் நாட்டில் திருமங்கலம் என்ற ஊரில் ஆனாயர் உதித்தார்.

அவ்வூரைச் சுற்றி முல்லை நிலமாகிய காடுகள் அடர்ந்திருக்கும். ஒவ்வொரு நாளும் ஆனாயர் ஆநிரைகளை முல்லை நிலத்துக்குக் கொண்டு சென்று மேயவிட்டு மாலையிலே அழைத்து வருவார். அவர் சிவபிரானிடம் ஆழ்ந்த பக்தி உடையவர். மனமொழி மெய்களால் சிவபெருமானது தொண்டை இடைவிடாமல் செய்பவர்.

ஒவ்வொரு நாளும் அவர் கன்றுகள், பால் மறந்த பசுக்கள், கறவை மாடுகள், சினைப் பசுக்கள், கன்று போட்ட பசுக்கள், காளை கள் ஆகியவற்றை நிரை நிரையாக ஓட்டிச் சென்று, புல் உள்ள இடங்களில் மேயவிட்டு, நல்ல தண்ணீரை அருந்தச் செய்வார். காட்டு விலங்குகளால் அவற்றிற்கு இடையூறு ஒன்றும் நேராமல் பாதுகாப் பார். அவரைச் சார்ந்து வேறு பல கோவலர்கள் இத் தொழிலுக்கு உதவி புரிந்து வந்தார்கள்.

ஆனாய நாயனார் முல்லை நில மக்களின் இயல்புக்கு ஏற்பப் புல்லாங்குழல் வாசிப்பதில் வல்லவரானார். சிவபெருமானுடைய புகழைப் பாடும் பாடல்களைக் குழலில் ஊதி இன்புற்றார். இறைவனுக்குரிய ஸ்ரீ பஞ்சாட்சரத்தையே இசைக்கு ஏற்றபடி அமைத்து வேய்ங்குழலில் பாடப் பயின்றார், அதில் அவர் வல்லவரும் ஆனார்.

ஆயர்களுக்குரிய ஆடை அணிகளுடன் ஆனாயர் ஒருநாள் ஆநிரையை மேய்த்துவரும் பொருட்டுப் புறப்பட்டார். அப்போது கார் காலம்

தன்னுடைய எழிலையெல்லாம் காட்டிப் பரந்தது. கார் காலத்தில் கொன்றை மரம் பூத்து விளங்கும். காட்டுக்கு வந்த ஆனாயர் தம் எதிரிலே பொன்னிறம் பெற்ற மலர்கள் பூத்துக் குலுங்கும் கொன்றை மரம் ஒன்றைக் கண்டார். கொத்துக் கொத்தாகப் பூக்கள் நிறைந்து விளங்கிய அதைக் கண்டவுடன் நாயனாருக்குச் சிவபெருமானே நேர் நிற்பது போன்ற உணர்ச்சி உண்டாயிற்று. அவரிடம் இயல்பாக இருந்த பக்திபொங்கி எழுந்தது. உடனே அம்மரத்தின் அருகில் நின்று தம் குழலை எடுத்துத் திருவைந்தெழுத்தை இசையுடன் அமைத்து வாசிக்கத் தொடங்கினார். தம்முடைய திரு அதரத்தில் குழலை அமைத்து வண்டு பூவில் மொய்ப்பது போல விரலால் துளைகளை வருடிப் பாடலானார். முதலில் சுருதி சோதனை செய்து, ஆரோகண அவரோகணம் கூட்டிப் பிறகு முல்லைப் பண்ணை வாசித்து, அப்பண்ணில் திருவைந்தெழுத்தை அமைத்து ஊதினார். மந்தரம், மத்திமம், தாரம் என்ற மூனறு ஸ்தாயிகளிலும் அவர் இசை பெருக்கினார்.

அவர் ஊதியபோது பரவிய இசை கல்லையும் கரைக்கும்படியாக அமைந்தது. தேனையும் அமுதையும் கலந்து வெள்ளமாக ஓடவிட்டது போன்று இருந்தது. அந்தத் தெய்விக இசை மக்களை மாத்திரமன்றி மற்ற உயிர்களையும் கவர்ந்தது. அறுகம்புல்லை நிறையக் கறித்து அசை போட்டுக்கொண்டிருந்த பசுக்கள் அசை போடுவதை மறந்தன. தாயின் மடியில் வாய் வைத்துப் பாலைக் குடித்துக்கொண்டிருந்த கன்றுகள் பால் உண்ணுவதை மறந்தன. காளைகளும் மான்களும் பிற விலங்குகளும் மயிர் குத்திட்டு நிற்கத் தம்மையே மறந்து வந்து சூழ்ந்து நின்றன. மயில்கள் ஆடுவதை மறந்து அருகே வந்தன. மற்றப் பறவைகளும் அந்த இசை வெள்ளத்தில் அகப்பட்டு அங்கே வந்து படிந்தன. வெவ்வேறு வேலைகளில் ஈடுபட்டிருந்த ஆயர்கள் வேலையை மறந்து வாய் திறந்தபடியே குழலிசையில் ஈடுபட்டார்கள்.

ஆகாச வாசிகளாகிய இயக்கர், கின்னரர், கந்தர்வர் முதலியோர் விமானங்களிலே வந்தவர்கள் அப்படி அப்படியே அந்தரத்தில் நின்று விட்டார்கள்.

இசையென்னும் வெள்ளம் அலையலையாய் மோத அதற்குள் யாவரும் மூழ்கித் தம் உணர்வு ஒழிந்தனர். அந்த வெள்ளம் மேன்மேலும் உயர்ந்து பரவியது. இயற்கையில் நலிபவர்களும் நலியப்படுபவர்களும் தம் வேறுபாடு ஒழிந்து அந்த இசையில் ஒன்றி நின்றார்கள். பாம்பு மயிலின்மீது மயங்கி விழுந்தது. சிங்கமும் யானையும் அருகருகே நின்றன. புலி வாயைத் திறந்தபடியே நிற்க, அதன்முன் மான் நின்றது. அதன் வாயில் அரைகுறையாகக் கறிக் கப்பட்ட புல் தொங்கியது!

காற்றும் வேகமாக வீசவில்லை; மரங்கள் கிளைகளை அசைக்க வில்லை; அருவிகளும் காட்டாறுகளும் சலசல ஓசையின்றி அமைதியாக ஓடின. மேகங்கள் அப்படி அப்படியே நின்று விட்டன. கடலும் அலையோய்ந்து கிடந்தது.

இப்படியாகச் சராசரங்கள் யாவும் இசைமயமாகி, அறிவும் கரணங்களும் ஆனாயருடைய குழலோசையில் கரைந்துபோக நின்றன. மெய்யன்பராகிய அவர் இசைத்த குழலோசையின் கான வெள்ளம் வையகத்தை நிறைத்தது; வானத்தையும் தன் வசமாக்கியது. அது பின்னும் உயர்ந்து ஆனந்த தாண்டவ மூர்த்தியாகிய பரமசிவனது திருச் செவியினருகில் அணைந்தது. அவ்வோசையைச் செவியால் ஏற்ற இசைக்கு மூலகாரணனாகிய சிவபெருமான் எம் பெருமாட்டியுடன் இடப வாகனத்தின்மேல் ஏறி வானிடையே எழுந் தருளி வந்து ஆனாய நாயனார்முன் நின்றான். நாயனாருடைய பக்தியை வியந்து. 'இந்த நிலையிலேயே நம்மிடம் வருவாயாக!" என்று அருள் செய்தான்.

தேவர்கள் மலர்மாரி பொழியவும் முனிவர்கள் வேத முழக்கம் செய்யவும் ஆனாய நாயனார் புல்லாங்குழல் இசைத்தபடியே சிவ பெருமானுடன் சென்று மீளாத பேரின்ப வாழ்வு பெற்றார்.

கலையில் திறமையுடையவர்கள் அந்தக் கலையை இறைவனுக்கே உரிமையாக்கினால் மற்றவர்களை இன்பம் துய்க்கப் பண்ணுவதோடு தாமும் பேரின்பத்தை அடையலாம். இறைவனுக்கு அர்ப்பணம் பண்ணாமல் கலைத் திறமையில் நாம் சிறந்தோம் என்ற நினைவோடு வாழ்பவர்கள் அகங்காரம் உடையவர்களாய், பொறாமை, பகை

ஆகியவற்றிற்கு ஆளாகிக் கலையையும் தம் வாழ்க்கையையும் வீணே போக்குவார்கள்.

ஆனாயர் கலையை ஈசுவரார்ப்பணம் ஆக்கினபடியால் அவர் இருந்த நிலத்திலே இயற்கையான பகைகூட ஒழிந்துவிட்டது. எல்லா உயிர்களும் ஒரே உணர்வை அடைந்தன. இறைவன் திருவருளும் அவருக்குக் கிடைத்தது.

----

15. மூர்த்தி நாயனார்

எல்லா வளங்களும் நிரம்பித் தமிழும் தென்றலும் இனிமை செய்து பரவும் பாண்டி நாட்டின் தலைநகரம் மதுரை. அங்கே வணிகர் குலத்தில் தோன்றியவர் மூர்த்தியார். இறைவனிடம் முறுகிய அன்பும், திருநீறும் உருத்திராட்சமுமாகிய சிவ சின்னங்களை அணிவதில் பேரார்வமும் உடையவர் அவர்.

வணிகப் பெருங்குலத்தில் பிறந்த செல்வரானாலும், தம் உடல் வருந்தி இறைவனுக்குத் தொண்டுபுரிய வேண்டுமென்னும் ஆசையினால், ஒவ்வொரு நாளும் ஆலவாய்ச் சொக்கேசன் திருக்கோயிலில் சந்தனக் கல்லில் சந்தனம் அரைத்து இறைவன் திருக்காப்புக்கு அளித்து வந்தார். இந்தத் திருப்பணி ஒருநாளும் முட்டாமல் நடை பெற்று வந்தது.

அக் காலத்தில் பாண்டிய மன்னன் தக்க வலிமையுடையவனாக இல்லை. அதனால் கருநாடக மன்னன் ஒருவன் பாண்டி நாட்டின்மேற் படையெடுத்து வழுதியை வென்று அந்த நாட்டைக் கைப்பற்றினான். மதுரை மாநகரில் கருநாடக அரசன் இருந்து ஆளத் தொடங்கினான்.

அவன் சமண சமயத்தைச் சேர்ந்தவனாதலால் சமணர்கள் பலரைக் கருநாடக நாட்டிலிருந்து வருவித்தான். சமண குருமார்களுக்கு மதிப்பளித்தான். சைவர்களைப் புறக்கணித்தான். சிவனடியார்களுக்கு அவனும் அவனைச் சார்ந்தவர்களும் பல இடையூறுகளைச் செய்தனர்.

மூர்த்தி நாயனாரையும் பல அல்லல்களுக்கு உட்படுத்தினர். அவருக்கு வேண்டிய பொருள்கள் கிடைக்காதபடி செய்தனர். என்ன அல்லல் வந்தாலும் ஆலவாய் இறைவனுக்குச் சந்தனக் காப்பு வழங்கும் திருத்தொண்டினின்றும் அவர் பிறழவே இல்லை.

ஒருநாள் சமணர்களுடைய சூழ்ச்சியினால் அவருக்கு எங்கும் சந்தனக் கட்டை கிடைக்கவில்லை. பகல் முழுவதும் அலைந்து பல இடங்களுக்குச் சென்று தேடியும் கிடைக்காமல் போயிற்று. அதனால் அவர் மனம் நைந்து வாடி இறைவன் திருக்கோயிலை வந்து அடைந்தார்.

அப்போது அவருக்கு ஓர் எண்ணம் தோன்றியது. "சந்தனக் கட்டைதானே கிடைக்காமற் போயிற்று? சந்தனம் அரைக்கும் கை நம்மிடம் இருக்கிறதே; கட்டையை அரைக்க இயலாவிட்டாலும் இந்தக் கையை அரைக்கலாமே!" என்று நினைத்தார். உடனே சந்தனக் கல்லில் தம் முழங்கையை வைத்துத் தேய்க்கத் தொடங்கினார்.

அப்படி அரைத்தபோது முழங்கையிலிருந்து இரத்தம் வந்தது. தேய்க்கத் தேய்க்க நரம்பும் எலும்பும் வெளிப்பட்டன. அப்போதும் அவர் கையைத் தேய்ப்பதை நிறுத்தவில்லை. அவர் செய்த செயற் கருஞ் செய்கையை அந்த நள்ளிரவில் எல்லோருக்கும் தாய்போல் உதவும் இறைவன் ஒருவன்தான் அறிவான்.

அவன் கருணைக்கடல் அல்லவா? தன் அடியாருடைய உறுதியையும் அன்பையும் கண்டு வியந்தான். அவர் கையில் எலும்பு தேயக் குருதி கொப்புளிப்பது கண்டு இரங்கினான். உடனே தன் திருவாக்கினால், "அன்ப, உனக்குத் தீங்கு விளைத்த மன்னனுடைய அரசை நீ கைக்கொண்டு, திருப்பணியை முட்டின்றிச் செய்து நம்மை அடைவாயாக!" என்ற அருளுரையை எழுப்பினான். அது கேட்ட மூர்த்தியார் வியந்து நின்றார். அவர் கையில் உண்டாயிருந்த தேய்வு மாறிச் சந்தனம் அரைத்த கைபோல மணமும் வளமும் பெற்றது.

அதே இரவில் கருநாடக மன்னனுடைய ஆயுள் முடிவுற்றது. திடீரென்று நள்ளிரவில் அரசன் இறந்ததை அமைச்சர்கள் அறிந்து கூடினர். இறந்தவனுக்கு மைந்தன் யாரும் இன்மையினால், அடுத்தபடி ஆட்சி புரிவதற்கு உரியாரைத் தெரிந்தெடுத்து நிறுவும் பொறுப்பு அமைச்சர்களுக்கு ஏற்பட்டது. பழைய வழக்கப்படி பட்டத்து யானையின் கண்ணைக் கட்டிவிட்டு, அது யாரைத் தன்மேல் ஏற்றிக் கொண்டு வருகிறதோ அவரையே அரசராகக் கொள்வது என்ற முடிவுக்கு வந்தனர் அமைச்சரும் சான்றோரும்.

பொழுது விடிந்தது. பட்டத்துக் களிற்றின் கண்களைக் கட்டி, இறைவன் திருவருளை எண்ணி அமைச்சர்கள் அதை ஏவினர். அக் களிறு நேரே

கோயில் வாயிலை அணுகியது. அப்போது மூர்த்தியார் இறைவன் திருவருட் செயலை எண்ணி வியந்தபடியே, அரசாட்சியை நாம் ஏற்றுக் கொள்ள வேண்டும் என்பது திருவருட் சம்மதமானால் அவ்வாறு செய்வதே நம் கடமை' என்று நினைந்து கோயில் வோயிலை அணுகினார். யானை அவர் முன் வந்து பணிந்து அவரைத் தன் பிடரின் மேல் வைத்துக்கொண்டு செல்லத் தொடங்கியது.

யானையின் செய்கையை ஆவலோடு கவனித்துக்கொண்டிருந்த அமைச்சரும் பிறரும், அது மூர்த்தியாரைத் தாங்கி வருவதைக் கண்டனர். உடனே அவரை யானையினின்றும் இறக்கிப் பணிந்து திரு முடி தரித்து ஆட்சி புரிய வேண்டும் என்று வேண்டினர். அப்போது மூர்த்தியார், "பழையபடியே சைவ நெறி ஓங்கும்படி நான் அரசாட்சி புரிவேன்" என்றார்.

"தேவரீர் திருவுள்ளப்படியே செய்தால் அதைத் தடுப்பவர் யார்?" என்று அமைச்சர்கள் பணிவுடன் கூறினர்.

"மணிமுடி தரித்துச் சந்தனம் பூசி அணிகலன் அணிந்து வாழும் அரசு எனக்கு வேண்டாம். இறைவனுடைய திருவருளின் கருவியாக இப் பணியை மேற்கொள்வேன். எனக்கு நீறே சந்தனம்; உருத்திராட்சமே அணிகலன் ; சடையே முடி. இந்த மூன்று அடையாளங்களுடன் அரசு கட்டில் ஏறுவேன்" என்று சொல்லவே, உடனிருந்தோர் மனம் உவந்தனர்.

சிவ சின்னங்கள் பொலிய மூர்த்தியார் களிற்றின்மேல் ஏறி ஊர் முழுவதும் உலா வந்தார்; அரசு கட்டிலில் ஏறினார். உயிர்களிடத்தில் இரக்கமும், அறத்தை வளர்க்கும் ஆற்றலும், சிவனடியாரிடத்தில் மதிப்பும், சிவபிரான் திருத்தொண்டில் ஈடுபாடும் உடைய மூர்த்தியாருடைய ஆட்சியில் பாண்டி நாடு சிவலோகம்போல விளங்கியது.

எல்லாம் திருவருளின் செயலென்று எண்ணி, மண்ணாளும் செல்வத்தைப் பெற்றும் சிவ சின்னமே பின்னும் உயர்ந்தவை என்று மதித்து வாழ்ந்தவர் மூர்த்தியார். என்ன

அல்லல் வந்தாலும் தொண்டு புரிவதை மாற்றாத உறுதி படைத்தவர் அவர்.

மூர்த்திநாயனார் மும்மையால் உலகாண்ட பெருமையைப் பெரிய புராணம் மிகச் சிறப்பாகப் போற்றுகிறது.

----

16. முருக நாயனார்

சோழ நாட்டில் திருப்புகலூர் என்பது ஒரு தலம். அங்கே இறைவனுக்குப் பல சந்நிதிகள் இருக்கின்றன. அக்கினீசுவரர் என்பது பிரதானமான சந்நிதியில் எழுந்தருளியிருக்கும் பெருமான் திருநாமம். அந்தச்சந்நிதியையன்றி இறைவன் மூன்று காலத் தலைவ னாகியும் நிற்கும் சந்நிதிகள் மூன்று இருக்கின்றன. அவற்றிலுள்ள பெருமான்களுக்கு முறையே பூதேசுவரர். வர்த்தமானேசுவரர், பவிஷ்யேசுவரர் என்ற திருநாமங்கள் வழங்கும். பூதம், வர்த்தமானம், பவிஷ்யம் என்பன முறையே இறப்பு, நிகழ்வு, எதிர்வு என்னும் மூன்று காலத்தையும் குறிக்கும்.

அக்கினீசுவரராகிய கோணப்பிரானும் வர்த்தமானீசுவரரும் தேவாரப் பதிகங்களால் போற்றப் பெற்றவர்கள். வர்த்தமானீச் சரத்தைத் திருஞான சம்பந்தமூர்த்தி நாயனார் ஒரு பதிகத்தால் துதித்திருக்கிறார்.

வர்த்தமானீச்சரத்தில் சந்நிதியில் ஓர் அடியாரின் அழகிய திருவுருவம் நிற்கிறது. அவர் முருகநாயனார்; திருப்புகலூரில் வாழ்ந்து இறைவனுடைய திருத்தொண்டில் ஈடுபட்டுப் பேறு பெற்றவர்.

திருப்புகலூரில் அந்தணர் மரபில் உதித்தவர் முருகனார். ஆதி சைவ அந்தணர் என்றும் சொல்லுவது உண்டு. எப்போதும் இறைவனுடைய திருவடியை நினைத்து உருகும் சிந்தையை உடையவர் முருகர்.சிவபிரானுக்குரிய தொண்டுகள் பல. அவற்றில் அவற்றில் அப் பெருமானுக்குரிய பூமாலைகளைச் சாத்தும் பணியை சாத்தும் பணியை அவர் மேற் கொண்டார். விடிவதற்கு முன்னே துயிலெழுந்து புனித நீரில் மூழ்கிப் பின் திரு நந்தவனம் சென்று, அலரும் பருவத்தில் உள்ள மலர்களைப் பறித்துப் பூக்குடலைகளில் தொகுத்துக் கொணர்வார். அவற்றைத் தூய்மையான ஓரிடத்தில் கொணர்ந்து வைத்துக் கொண்டு இறைவனுடைய அலங்காரத்துக்கு ஏற்கும் வகையில் பலவித மாலைகளைத் தொடுப்பார். தலையில் அணியும் இண்டை, மார்பில் அணியும் தார், பெரிய மாலையாகிய தாமம் என்று

மாலைகளில் பல வகை உண்டு. எந்த எந்தக் காலத்தில் எவை எவை வேண்டுமோ அவற்றை அழகாகத் தொடுப்பார்.

அவ்வாறு மாலைகளைத் தொடுத்து, பிறகு அவற்றைத் தாங்கி ஆலயம் சென்று இறைவனுக்குச் சாத்தி, அழகு பார்த்துக் கண்ணீர் மல்க நின்று உருகுவார். விடுதிப் பூக்களால் அருச்சனை செய்து இன்புறுவார்.

இந்தத் திருப்பணி செய்வதோடு எப்போதும் எம்பெருமானுடைய ஸ்ரீ பஞ்சாட்சரத்தை இடைவிடாமல் ஓதிக்கொண்டே இருப்பார்.

முருக நாயனாருக்கு வர்த்தமானீச்சரத்தில் மிகுதியான ஈடுபாடு. அந்தச் சந்நிதியில் அவர் இந்த மலர்த் தொண்டை முட்டின்றிச் செய்து வந்தார்.

அவர் திருப்புகலூரில் ஒரு மடம் கட்டிக்கொண்டு வாழ்ந்தார். இப்போது அவ்வூரில் கிடைக்கும் கல்வெட்டு ஒன்றில் 'நம்பி முருகன் திருமடம்' என்ற குறிப்புக் காணப்படுகிறது. அது முருக நாயனார் கட்டிய திருமடத்தைக் குறிக்கிறது என்றே தோன்றுகிறது. முருக நாயனார் மடத்தில் திருஞான சம்பந்தர், அப்பர் சுவாமிகள், சிறுத் தொண்டர், திருநீல நக்கர் ஆகியவர்கள் வந்து தங்கினார்கள்.

திருஞான சம்பந்தப் பெருமான் முருக நாயனாருடைய திருத்தொண்டைக் கண்டு அவர்பால் மிக்க அன்பு பூண்டார். வர்த்த மானீச்சுரரைத் தரிசனம் செய்துகொண்டு திருப்பதிகம் பாடினார் அப்பதிகத்தில்,

தொண்டர் தண்கயம் மூழ்கித்
    துணையலும் சாந்தமும் புகையும்
கொண்டு கொண்டடி பரவிக்
    குறிப்பறி முருகன்செய் கோலம்
கண்டு கண்டுகண் குளிரக்
    களிபரந் தொளிமல்கு கள்ளார்
வண்டு பாண் செய்யும் புகலூர்
    வர்த்தமா னிச்சரத் தாரே.

ஈசன் ஏறமர் கடவுள்
    இன்னமு தெந்தையெம் பெருமான்
பூசும் மாசில்வெண் ணிற்றர்
    பொலிவுடைப் பூம்புக லூரில்
மூசு வண்டறை கொள்றை
    முருகன்முப் போதும்செய் முடிமேல்
வாச மாமலர் உடையார்
    வர்த்தமா வீச்சரத் தாரே.

என்று இரண்டிடங்களில் முருக நாயனார் தொண்டைச் சிறப்பித்துப் பாடினார்.

திருஞான சம்பந்தர் திருமணம் திருநல்லூர்ப் பெருமணத்தில் நிகழ்வதை அறிந்து முருக நாயனார் அங்கே சென்றார். இறைவன் திருவருளால் அப்போது எழுந்த சோதியில் திருஞான சம்பந்தரும் பிறரும் புகுந்தபோது, இவரும் புகுந்து இறைவன் திருவடி நீழலில் என்றும் மாறாத இன்ப நிலையை அடைந்தார்.

முப்போதும் திருமேனி தீண்டும் உரிமையும் வேத ஆகம அறிவும் நிரம்பிய முருக நாயனார், திருமலர் கொய்து மாலை தொடுத்து அணியும் திருத் தொண்டைச் செய்தார். மனத்தாலும் வாக்காலும் உடம்பாலும் செய்யும் சிவத்தொண்டுகள் பக்குவம் இல்லாதவர்களிடம் வெவ்வேறு நிலையாக இருக்கும். இறைவன் அருளில் ஒன்றிய சிவஞானிகளுக்கு எந்தத் தொண்டும் சமானமான நிலையுடையதே. பஞ்சாட்சரத்தை எப்போதும் ஜபிப்பதும், திருமாலைத் தொண்டு செய்வதும் முருக நாயனாருக்கு ஒன்றாகவே இருந்தன. அப்பர் சுவாமிகளுக்கு உழவாரத் தொண்டும் தேவாரத் தொண்டும் ஒன்றாகவே இருந்தன அல்லவா?

----

17. உருத்திர பசுபதி நாயனார்

சோழவள நாட்டில் திருத்தலையூர் என்பது வளம் செறிந்த ஊர். மறையவர் பலர் அங்கே வாழ்ந்திருந்தனர். வேத வேள்வியை இடை யறாது முறைப்படி இயற்றி வந்ததனால் மழை பொழிந்து எங்கும் வளம் பெருகியது. பூம்பொழில்கள் வானுற ஓங்கி வளர்ந்தன. அவற்றில் மலர்கள் விரிந்து தேன் நிரம்பி நின்றன. வீடுதோறும் ஆவினங்கள் மல்கின. இறைவனுக்குப் பஞ்ச கவ்வியங்களும் அளிக்கும் அவற்றைப் போற்றிப் பாதுகாத்தனர் மக்கள். அறமும் நீதியும் சால்பும் அம் மக்களின் உள்ளத்தே நிரம்பி யிருந்தன.

நிலத்தில் வளமும் வீட்டில் வளமும் நெஞ்சில் நற்குண நலமும் மல்கிய அவ்வூரில் பசுபதியார் என்ற மறையவர் வாழ்ந்து வந்தார். அவர் வேதத்தை நன்கு பயின்று சிறந்தார். சிவ பக்தி நிரம்பியவர். இறைவனுடைய பெருமையைப் பேசும் ஸ்ரீருத்திரத்தை இடை விடாமல் பாராயணம் செய்யும் ஆர்வமுடையவராகி அப்படியே செய்துவந்தார்.

மறைகள் நான்கு ஆனாலும் நான்காவதாகிய அதர்வம் முன்னைய மூன்றனுள்ளும் இருக்கிற பிரயோகங்களைத் தொகுத்து அமைத்ததே. ஆதலின் வேதம் மூன்று என்றும் சொல்வதுண்டு. த்ரயீ என்று வட மொழியில் அதற்கு ஒரு பெயர் வழங்கும். அந்த மூன்றில் நடுநாயகமாக விளங்குவது யஜுர் வேதம். யஜுர் வேதம் பல பகுதிகளை உடையது. நடுப்பகுதியில் இருப்பது ஸ்ரீருத்திரம். சிவபெருமானுடைய பெருமையைச் சொல்லிப் பாராட்டும் மந்திரங்களை உடையது அது. வேதமென்னும் திருக்கோயிலில் கர்ப்பக் கிருகத்தைப் போன்றது யஜுர் வேதம். அதன் நடுவில் உள்ள பீடம் போன்றது ஸ்ரீருத்திரம். அதன் நடுவில் இருப்பது திருவைந்தெழுத்து. பீடத்தில் உள்ள சிவலிங்கம் போன்றது அது. ஸ்ரீருத்திரத்தை,

"அரும றைப்பய னாகிய உருத்திரம்"
என்று சேக்கிழார் பாராட்டுவார்.

"வேத நான்கினும் மெய்ப்பொரு ளாவது

நாதன் நாமம் நமச்சி வாயவே"

என்று அதிற் பொதிந்துள்ள ஸ்ரீ பஞ்சாட்சரத்தைத் திருஞான சம்பந்தர் வேதத்தின் மெய்ப்பொருள் என்பார்.

பஞ்சாட்சரம் சிவபெருமானுடைய அருளைப் பெறுவதற்குரிய மந்திரம். ஏழு கோடி மகாமந்திரங்களிற் சிறந்தது அது என்பர். அதனைத் தன்னிடத்தே வைத்த பெட்டியைப் போன்றது ஸ்ரீருத்திரம்; அதில் உள்ள நாயகமணி திருவைந்தெழுத்து.

இத்தகைய சிறப்புப் பெற்ற உருத்திரத்தைச் சிவபிரானுக்குத் திருவபிடேகம் செய்கையில் ஓதுவது வழக்கம். அம் மந்திரத்தால் பூரிக்கப் பெறும் புனல் புனிதம் அடைகிறது.

பசுபதியார் பூம்புனற் பொய்கை சென்று நீராடிவிட்டுக் கழுத்தளவு நீரில் நின்றுகொண்டு, உச்சி மேற் கரங்களைக் குவித்து, உள்ளத்தில் சிவபிரானுடைய திருவுருவத்தை நிறுவி, ருத்திரத்தைப் பாராயணம் செய்வார். பகல் இரவென்று பாராமல் அதை ஓதுவதையே தவமாகக் கொண்டு ஒழுகினார் அவர். புலன்நுகர்ச்சிகளில் மனம் செல்லாமல் ஒருமைப்பாட்டோடு ஸ்ரீருத்திரத்தை ஓதியமையால் அவரை உருத்திர பசுபதியார் என்றே யாவரும் வழங்கலாயினர்.

அவருடைய தீவிரமான பக்தியையும் இடைவிடாத ருத்திர பாராயணத்தையும் கண்டு உலகம் வியந்து பாராட்டியது. ருத்திரத்தின் பொருளாக உள்ள இறைவன் திருவுள்ளம் மகிழ்ந்து அவருக்குத் திருவருள் புரிந்து தன்னுடைய திருவடிக் கண்ணே வாழும் பேரின்ப நிலையை வழங்கினான்.

----

18. திருநாளைப் போவார் நாயனார்

சோழ நாட்டில் உள்ள பல பிரிவுகளில் மேற்கா நாடு என்பது ஒன்று. கொள்ளிடத்தின் கரையில் அந்த நாட்டில் ஆதனூர் என்ற ஊர் நீர்வளமும் நிலவளமும் நிரம்பி யிருந்தது. அவ்வூரில் உள்ள மக்கள் மிக்க செல்வப் பெருக்கு உடையவர்களாக வாழ்ந்தனர். பல பெருங் குடிமக்கள் நெருங்கி வளர்ந்துவரும் வளப்பம் உடையது அது.

அவ்வூரைச் சார்ந்த புலைப்பாடியில் பஞ்சம குலத்தில் உள்ள மக்கள் உழுதல் முதலிய தம் கடமைகளைச் செவ்விதாகச் செய்து தமக்குரிய உரிமைகளைப் பெற்று மனைவி மக்களோடு இன்புற்று வாழ்ந்து வந்தார்கள். அவர்களில் நந்தனார் என்பவர் ஒருவர். அவர் பிறந்து உணர்வு வந்தது முதலே சிவபெருமானிடம் இடையீடு இல்லாத அன்பு உடையவராக இருந்தார். வேறு நினைவின்றி எப்போதும் இறைவன் திருவருளையே சார்பாகக் கொண்டு வாழ்ந்து வந்தார்.

தமக்குப் பரம்பரையாக விட்டிருந்த சுதந்தரமாகிய நிலத்தைத் தம்முடைய வாழ்க்கைக்கு உரிய துணையாகக் கொண்டு தாம் செய்ய வேண்டிய தொழில்களைச் செய்து அறம் திறம்பாத நெறியில் நின்றார் நந்தனார். பறைக்குலத்தினருக்குரிய தொழில்களில் வல்லவராகிய அவர் தம் செயல்களிலும் சிவபெருமான் திருத்தொண்டையே செய்து வந்தார். தோல், நரம்பு முதலியவற்றை மக்களின் உபயோகத்துக்கு மற்றவர்கள் கொடுத்து அதனால் வரும் ஊதியத்தைப் பெற்று வாழ்ந்தார்கள். நந்தனாரோ சிவபெருமானுடைய கோயில்களில் உள்ள பேரிகை முதலியதோற் கருவிகளுக்கு வேண்டிய தோலைக் கொடுப்பார். கோயிலில் இசைத் தொண்டு புரிபவர்களுடைய வீணைக்கும் யாழுக்கும் வேண்டிய நரம்புகளை அளிப்பார். கோயில்களில் ஆராதனைக்குக் கோரோசனையைக் கொடுப்பார்.

இறைவனுடைய அன்பர்கள் உலகத்தில் தொழில் செய்து வாழ்ந்தாலும், அந்தத் தொழிலிலும் இறைவனுடைய திருத்தொண்டு இடம் கொள்ளும். தம்முடைய ஜீவனோபாயமாகக் கொண்ட தொழில் எதுவானாலும், அதிலும் சிவத்தொண்டு செய்வதற்கு வாய்ப்பு உண்டு. இறைவன்

திருக்கோயிலுக்குள் சென்று தொண்டு புரியும் நிலையைப் பெறாமல் இருந்தும், நந்தனார் தம் தொழிலுக்கு ஏற்ற வகையில் அக்கோயில்களுக்குப் பயன்பட்டார். மனம் இருந்தால் வழியும் உண்டாகும் அல்லவா?

ஒவ்வொரு கோயிலிலும் முரசு, பேரிகை முதலிய இசைக் கருவிகள் இருக்கும். அவற்றுக்கு வேண்டிய தோல், வார், நரம்பு ஆகியவற்றைக் கொடுப்பதற்காக நந்தனார் ஒவ்வொரு நாளும் கோயில்களை நோக்கிச் செல்வார். கோயிலில் வாயிலின் புறத்தே நின்று தாம் கொணர்ந்தவற்றைக் கொடுத்துவிட்டு, அங்கே நின்றபடியே கோயிலையும் பார்த்துப் பார்த்து இன்புறுவார்; குதிப்பார்; கூத்தாடு வார்; பாடுவார்.

கோயிலையும் கோபுரத்தையும் தரிசிக்கும் இன்பத்தைத் தம் முடைய தொழிலோடு பிணைத்துக் கொண்டார் நந்தனார். மற்றவர் கள் புலைச்சேரி வாழ்க்கையில் அருவருக்கும் வகையில் வாழ்ந்தாலும், நந்தனார் அவ் வாழ்க்கையில் தூய்மையும் தொண்டு நெறியும் உடையவராகி விளங்கினார்.

ஒருமுறை திருப்புன்கூர் போய் வரவேண்டும் என்ற ஆவல் அவருக்கு உண்டாயிற்று. அங்கே போய்த் தம்மால் இயன்ற பணிகளைச் செய்யவேண்டும் என்பது அவர் எண்ணம். மிக்க ஆவலோடு அத் திருப்பதியை அணைந்து திருக்கோயிலுக்குச் சென்றார். திரு வாயிற் புறத்தே நின்று உள்ளே உள்ள சிவலிங்கப் பெருமானைத் தரிசிக்க ஆவல் கொண்டார். அங்குள்ள பெருமானுடைய திருநாமம் சிவலோக நாதன் என்பது. அவருடைய விருப்பம் நிறைவேறத் தடை யாக இருந்தது சந்நிதியில் இருந்த நந்தி. அதைக் கண்டு வருந்திய நந்தனார், 'இறைவனைத் தரிசிக்க இயலவில்லையே!' என்று மனம் வாடித் துயரமடைந்தார். அதுகண்ட சிவபெருமான் தன் சந்நிதியில் இருந்த நந்தியை விலகச் செய்து தரிசனம் தந்தருளினான். நந்தனார் வாயிற் புறத்தில் நின்றபடியே சிவபெருமானைத் தரிசித்து ஆனந்தக் கூத்தாடினார். பிறகு அவ்வூரைச் சுற்றி வரும்போது அங்கே ஒரு பள்ளம் இருப்பதைக் கண்டார். திருக்கோயிலுக்குப் போகும் அன்பர்களுக்குப் பயன்படும்படி அங்கே ஒரு குளம் வெட்டலாம் என்ற எண்ணம் அப்போது நந்தனாருக்குத்

தோன்றிற்று. அப்படியே அவர் முயன்று அங்கே ஒரு குளத்தை வெட்டினார்.

தம்முடைய உடல் வலிமையினாலும் தொழிலினாலும் சிவத் தொண்டையும் சிவனடியார் தொண்டையும் செய்து வந்த நந்தனாருக்கு ஒவ்வொரு நாளும் பெருமானுடைய நினைவாகவே சென்றது. அருகிலும் சேய்மையிலும் உள்ள தலங்களுக்குச் சென்று குளம் வெட்டியும் சுவர் வைத்தும் தோல், வார் அளித்தும் தம் தொண்டு வகைகளைப் பெருக்கிக் கொண்டார். நமக்கு இதனால் பயன் உண்டா, நம்மை யாரேனும் புகழ்ந்து பாராட்டுகிறார்களா என்று பாராமல் தம்மால் இயன்ற தொண்டுகளைச் செய்து வந்தமை நந்தனாரின் உண்மையான சிவபக்தியைக் காட்டியது. உயிர்க் குலத்துக்குச் செய்யும் தொண்டுகளையும் இறைவனுடைய திருத்தொண்டாகவே கருதுவது பெரியோர் இயல்பு. 'நானும் அவருடைய நிலையில் வசதிகளோடு இருந்தால் எவ்வளவோ செய்வேன்" என்று சொல்கிறவர்கள் உண்டு. தொண்டு புரிவதற்கு இதுதான் உரிய பதவி, இதுதான் உரிய வசதி என்ற வரையறை இல்லை. எல்லோரும் தொண்டு புரியலாம். ஆனால் எல்லோருக்கும் ஒன்று இன்றியமையாதது. தொண்டு புரியவேண்டும் என்ற ஆர்வம் மாத்திரம் இருக்கவேண்டும். அது இருந்துவிட்டால் அவரவர்களுக்கு ஏற்ற வகையில் செய்யும் தொண்டுகள் இன்னவையென்று அவர்களுக்கே புலப்படும்.

நந்தனார் அக் காலத்து வருணாசிரம அமைப்பின்படி திருக்கோயிலுக்குள் புக இயலாத நிலையில் இருந்தார். ஊருக் குள்ளும் தம் விருப்பப்படி சென்று பழகும் வாய்ப்பு அவருக்கு இல்லை. ஆனாலும் அவர் சிவபிரான் கோயில்களுக்குச் சென்றார்; பக்தி செய்தார்; பலருக்குப் பயன்படும் தொண்டுகளைச் செய்தார். இறைவன் திருக்கோயிலில் முரசு அறைவது ஒரு தொண்டு. அந்தத் தொண்டை நேர்முகமாக நந்தனார் செய்ய இயலாது. ஆயினும் அந்த முரசுக்குத் தோலும் வாரும் கொடுப்பதனால் முரசத்தொண்டு செய்த பயனும் இன்பமும் அவருக்கு உண்டாயின. தம் கையால் முரசு அறைந்து தொண்டு புரியும் பக்தர் முரசை அறையும்போது இன்புற்றார். அந்த ஒலியைக் கேட்டு நந்தனாரும் இன்பம் அடைந்தார். தம் குழந்தைக்கு ஒரு விளையாட்டுப் பொம்மையைத் தந்தை வாங்கித் தருகிறார். அந்தப் பொம்மையை வைத்துக்கொண்டு குழந்தை விளையாடி

இன்புறுகிறது. பொம்மையை வாங்கிக் கொடுத்தவர் தாமே அதை வைத்து விளையாடுவ தில்லை. ஆனால் குழந்தை விளையாடுவதைக் கண்டு அவரும் மிக்க இன்பத்தை அடைகிறார். இதே மனநிலை நந்தனாருக்கு இருந்தது. அதனால், 'நாமே திருக்கோயிலுக்குள் சென்று இந்தத் தொண்டுகளைச் செய்ய இயலவில்லையே!' என்ற எண்ணம் இன்றி, அத் தொண்டுகளைச் செய்பவர்களைப் பார்த்து, அவற்றில் தாமும் பங்கு கொண்டதாகவே இன்புற்றார்.

நந்தனார் சிவனடியார்களை நீராட்டவில்லை. இறைவன் திருமஞ்சனத்துக்கு நீர் சுமந்து செல்லவும் இல்லை. அப்படிச் செய்ய முடிய வில்லையே என்று எண்ணி ஏங்கிக்கொண்டு நிற்கவில்லை அவர். குடத்தோடு நீர் அளிப்பதைத்தான் உலகத்தில் சமுதாயச் சட்டம் தடுத்ததே ஒழியக் குளத்தோடு நீர் அளிப்பதைத் தடுக்கவில்லை. அவர் ஒரு குடம் நீர் தரவில்லை; ஆனால் பல குளம் வெட்டிப் பல குள நீர் தந்தார். அவற்றில் எத்தனை தொண்டர்கள் நீராடினார்கள்! இறைவனுடைய திருமஞ்சனத்துக்கு எத்தனை குளங்கள் பயன் பட்டன! இந்த உண்மையை நினைந்து தொண்டு புரிந்தார் நந்தனார்.

இவ்வாறு பல தலங்களுக்குச் சென்று தம்முடைய திருத் தொண்டிற் சிறந்து நின்ற நந்தனாருக்கு ஓர் ஆசை எழுந்தது. எல்லாக் கோயில்களிலும் சிறந்தமையால் கோயில் என்று அடையின்றிச் சொன்னாலே தன்னை நினைக்கும் தலைமையுடன் விளங்கும் சிதம்பரம் செல்லவேண்டும் என்ற ஆர்வம் உண்டாயிற்று. அது வரவரப் பெருகியது. ஒரு நாள் இரவு முழுவதும் தூக்கமே இல்லாமல் தில்லையைப் பற்றியே நினைத்துக் கொண்டிருந்தார். அத் திருத்தலத்துக்குச் சென்றவர்கள் அதன் பெருமையைப் பற்றியும் அதன் அமைப்பைப் பற்றியும் சொல்லக் கேட்ட செய்திகள் யாவும் இப்போது அவர் நினைவுக்கு வந்தன. 'நம்முடைய குலத்தினர்கள் அங்கே சென்று ஒன்றும் செய்ய இயலாதே. பல பிராகாரங்களையுடைய அக்கோயிலுக்குள் புகுவது நடவாத காரியம். புறத்தே இருந்து தரிசிக்க முடியாது; பெரிய திருக் கோயில். இந்த நிலையில் அங்கே போய் என்ன செய்யப் போகிறோம்!' என்ற எண்ணம் தோன்றவே சற்றுச் சோர்வு உண்டாயிற்று. ஆனாலும் அவருடைய

விருப்பம் தணியவில்லை. தில்லைக்குச் செல்ல வேண்டும் என்ற காதல் மேலும் மேலும் பெருகியது. "நாளைப் போவேன்" என்று துணிந்தார்.

மறுநாள் விடிந்தது. விரிந்த உலகமும் தாம் வாழும் புலைச்சேரியும் அதில் வாழ்வார்களுக்கு அமைந்திருக்கும் கட்டுப்பாடுகளும் மறுபடியும் நினைவுக்கு வந்தன. 'நான் அங்கே போய் எதைப் பார்க்க முடியும்? மூவாயிரம் அந்தணர்கள் இடைவிடாமல் இறைவனுக்குத் தொண்டுபுரியும் திருக்கோயில் அது என்று சொல்கிறார்கள். அவர்கள் வாழும் இடத்தை நான் போய்ப் பார்க்க முடியுமா? கோயிலுக்கு உள்ளே சிறிதேனும் செல்ல முடியுமா?' என்ற எண்ணங்கள் வரவே, அன்று புறப்படவில்லை. மறுபடியும் அவர் உள்ளம் அவரை உந்தியது. 'நாளைக்குப் போகலாம்' என்று ஆறுதல் பெற்றார். இப்படி 'நாளைப் போவேன்', 'நாளைப் போவேன்'' என்று ஒவ்வொரு நாளாகக் கழிந்து கொண்டிருந்தது.

"சிதம்பரம் போகப் போகிறீராமே? எப்போது போகிறீர்?" என்று அவரைக் கண்டு நண்பர்கள் கேட்பார்கள். "நாளைக்குப் போகலாம்'' என்று எண்ணியிருக்கிறேன். இறைவன் திருவருள் புரியவேண்டும்?' என்று அவர் விடையிறுப்பார். எப்போதும், 'நாளைப் போவேன்'' என்று சொல்லிக்கொண்டே இருந்தமையால் அவரை யாவரும், "நாளைப் போவான்" என்று வழங்கத் தலைப் பட்டனர்.

நந்தனாருக்குத் தில்லைக்குச் செல்லாவிட்டால் உலகில் வாழ்ந்து பயன் இல்லை என்ற அளவுக்கு ஆர்வம் முதிர்ந்தது. ஒரு நாள் புறப்பட்டே விட்டார். கொள்ளிடத்தைக் கடந்து சென்று திருத்தில்லையின் எல்லையில் வந்து நின்றார். 'நாளைப் போவேன்' என்று சொன்னவர், இன்று வந்தேன்' என்ற நிலையில் இருந்தார். ஊருக்குள் வேதம் ஓதும் கிடைகளும் வேள்வி செய்யும் சாலைகளும் பல இருக்கும் என்று முன்பு கேட்டிருந்தார். வேத ஒலியால் அங்கே கிடைகள் இருப்பதையும், வேள்விப் புகையால் அங்கே வேள்விச் சாலைகள் இருப்பதையும் உணர்ந்து கொண்டார். 'நாம் எப்படி உள்ளே செல்வது?' என்று அஞ்சினார்.

ஊரின் திருமதிலை வலம் வந்து வணங்கித் திருமதில் வாயிலில் வந்து நின்றார். இப்படியே இரவும் பகலும் வலம் செய்து கொண்டே வந்து, 'எம்பெருமானைத் தரிசிக்கும் வாய்ப்பு நமக்கு இல்லையே!' என்று உருகி நைந்தார். "இறைவனுடைய ஆனந்த நடனத்தைப் பற்றி எவ்வளவோ கேட்டிருக்கிறேன். இந்த உடம்பை வைத்துக் கொண்டு நான் எப்படித் தில்லை அம்பலவாணனைத் தரி சிக்க முடியும்?" என்று அரற்றினார். மிகவும் ஏங்கினார். சோர்வு மிகுதியினால் கீழே படுத்துத் துயின்றார்.

அப்போது அவருடைய கனவில் சிவபெருமான் எழுந்தருளி, "இந்த உடம்புடன் எப்படி நான் நடன தரிசனம் செய்வேனென்று வருந்துகிறாயே. நீ அஞ்சாதே. நீ தீயிடை மூழ்கி எழுந்து தில்லை வாழ் அந்தணர்களுடன் நம்முடைய சந்நிதிக்கு வருவாயாக" என்று வாய் மலர்ந்தான். அப்படியே தில்லைவாழ் அந்தணர் கனவிலும் தோன்றி, "நம்மைத் தரிசிக்கும் பேரார்வத்துடன் திருக்குலத்தில் தோன்றிய நந்தன் என்னும் அன்பன் திருமதிற்புறத்தே பாடு கிடக்கிறான். அவனை அழைத்து வந்து நெருப்பிற் குளிப்பாட்டி என் சந்நிதிக்கு அழைத்து வாருங்கள்" என்று கட்டளை யிட்டான்.

நந்தனார் துயிலினின்றும் எழுந்து எம்பெருமானுடைய திருவருளை எண்ணி எண்ணி உருகினார். "நாயேனுடைய ஆசை நிறைவேற இயலாததென்றுதானே உலகம் கூறும்? அதை நிறைவேற்றத் திருவருளே துணிந்தபோது யார் எதிர்நிற்கமுடியும்? எளியேனிடத் தில் எம்பெருமானுக்குள்ள பெருங் கருணைதான் என்னே!' என்று குதித்துக் கூத்தாடினார்.

கனவு கண்ட அந்தணர்கள் எம்பெருமான் இட்ட கட்டளைப் படியே திருமதிற்புறத்தை அணுகி நந்தனாரிடம் வந்து, "ஐயரே, எம் பெருமான் இட்ட கட்டளையை நிறைவேற்றத் தங்களிடம் வந்தோம். தீ அமைத்துத் தரும்படி பெருமான் பணித்தான்"என்று கூறினார். "நாயேன் உய்ந்தேன்" என்று கூறி அவர்களை வணங்கினார் நந்தனார். அந்தணர்கள் திருமதிலின் தெற்கு வாயிலுக்குப் புறத்தே வேறு அந்தணர்கள் அமைத்திருந்த தீக்குழிக்கு அவரை அழைத்துச் சென்றார்கள். அங்கே நந்தனார் இறைவன் திருவடியை உளத்தே கொண்டு அவ்வெரியை வலஞ்செய்து வணங்கி

அதன்கண் மூழ்கினார். மூழ்கியவுடன் எழுந்தார். அப்போது தேசு பொலியும் திருவுருவும் நூல் விளங்கும் திருமார்பும் பெற்ற புண்ணிய மாமுனிவர் கோலத்தோடு விளங்கினார். அவரைக் கண்டு தில்லை வாழ் அந்தணர்கள் கைதொழுது வணங்கினார்கள். எம்பெருமான் திருவருளையும் நாளைப் போவாருடைய பெருமையையும் எண்ணி எண்ணி அதிசயம் கொண்டார்கள்.

மற்றத் தொண்டர்கள் நீரில்ஆடித் திருக்கோயிலுக்குச் செல்வார்கள். நந்தனாரோ நெருப்பில் ஆடித் திருக்கோயிலுக்குள் புகலானார். இறைவன் தீயாடி. அவன் அடியாரும் இப்போது தீயாடி யானார். தாம் அவ்வளவு காலம் வளர்த்த வேள்வித் தீயில் புகையையும் புண்ணியத்தையும் கண்ட தில்லைவாழ் அந்தணர்கள் இப்போது வளர்த்த எரியில் மக்கட் குலத்தின் புண்ணியப் பயனைப்போன்ற மறை முனிவரைக் கண்டார்கள். இரசவாதம் செய்பவர்கள் செம்பை எரியிலிட்டுத் தங்கமாக எடுப்பதுபோல, இறைவனுடைய திருவருளால் எரியில் ।குந்த திருக்குலத் திருமேனி கொண்ட நந்தனார் முனிபுங்கவராக, எழுந்த அதிசயத்தை அவர்கள் கண்டு மனம் கரைந்தார்கள். அந்தணர்கள் சூழ, வாத்தியங்கள் முழங்க, மறையொலி ஒலிக்கத் திருநாளைப் போவார் தம்மைக் கனவில் வந்து அழைத்த அப்பனைக் காணச் சென்றார்.

திருக்கோபுரத்தைக் கை தொழுது ஏனைய சந்நிதிகளைக் கடந்து வலமாக வந்து இறைவன் உலகுய்ய நடமாடும் எல்லையினைத் தலைப் பட்டார். அப்பால் அவரைக் காணாமல் அந்தணர் அதிசயித்தார். தன்பால் வந்தணைந்த திருத் தொண்டரின் பிறவியையும் வினையையும் நீறாக்கி இறைவன் தம் திருவடிக்கண்ணே சேர்த்துக் கொண்டான்.

நந்தனாருக்குப் புறவாழ்வில் இறைவனுடைய திருவருளுக்கு உரியவராவதற்கு இயலாத நிலை இருந்தது. அவரைப்போன்ற நிலையில் உள்ளவர்கள் அந்தப் புறத் தடைக்கு அஞ்சி இருந்தார்கள். ஆனால் நந்தனார் அகவாழ்வில் இறைவனுடன் அளவ ளாவினார். சாதி, குலம் முதலிய தடை ஏதும் அகவாழ்க்கையில் இல்லை. ஆதலின் அவர் தம் அக வாழ்க்கையில் வர வரத் தூய்மை பெற்றுப் புண்ணிய மாமுனிவராகி விட்டார்.

புறத்திலே முனிவராகவும் அகத்திலே புலையராகவும் இருப்பவர் பலர். அவர்களுக்கு இறைவன் அருள் எளிதில் கிடைப்பதில்லை. அகத்திலேமுனிவராகவும் புறத்திலே புலையராகவும் இருந்தார் நந்தனார். போலியாகத் தவவேடம் தாங்குபவர்கள் தம் வேடத்தைத் தாமே கலைத்துக்கொள்ளலாம். ஆனால் புலையராக இருந்த நந்தனாருடைய புற வேடத்தை இறைவன் கலைக்க முன்வந்தான். அகமும் புறமும் தவத் தூய்மை தாங்கிய அந்தணர்களைக் கொண்டு அந்த மாற்றத்தை அவன் செய்வித்தான். முன்னவனே முன் நின்றால் முடியாத பொருள் உளதோ?

அக வாழ்க்கையில் முனிவராக உயர்ந்து நின்றவருக்குத் தடை யாக நின்ற புறவாழ்க்கையை இறைவன் மாற்றிவிட்டான். அவரைத் தன் திருவடி மாமலரில் வண்டாக உறையும்படி செய்தருளினான்.

----

19. திருக்குறிப்புத் தொண்ட நாயனார்

தொண்டை நன்னாட்டில் தெய்வ மணம் கமழ்வது கச்சியம்பதி. அப்பதியில் ஏகாலியர் குலத்தில் ஓர் அடியார் தோன்றினார். எந்தச் சாதியினராயினும் எந்தத் தொழிலினராயினும் இறைவனுடைய அன்பில் ஊறினால் அவர்கள் மனிதரில் தேவராகி விடுகிறார்கள். இறைவனுடைய அருளையே எண்ணி அவ்வெண்ணம் மாறாமல் தொழில் செய்து வாழ்ந்தவர் அவ்வன்பர். அவருடைய இயற்பெயர் இன்னதென்று தெரியவில்லை.

சிவபிரானுடையஅடியார்களிடத்தில் ஆராத அன்புடையவராய், அவர்களுடைய குறிப்பை அறிந்து தொண்டு புரியும் இயல்புடையவராக இருந்தமையால் அவரை யாவரும் திருக்குறிப்புத் தொண்டர் என்று வழங்கலாயினர். நாளடைவில் அவருடைய இயற்பெயரை யாவரும் மறந்துவிடவே, திருக்குறிப்புத் தொண்டர் என்ற பெயரே நிலைத்து விட்டது. அடியாருடைய துணிகளை அன்போடு வெளுத்து அளிக்கும் தொண்டில் அவர் இன்பம் கண்டார்.

இறைவனுடைய திருவருள் நினைவினால் மனமாசு தீர்ந்து வாழ்ந்த அப்பெரியார் பிறருடைய ஆடையிலுள்ள மாசைப் போக்கும் தொழிலுடையவராக இருந்தார்; 'எத்தொழிலைச் செய்தாலும் ஏதவத்தைப் பட்டாலும் முத்தர் மனம் இருக்கும் மோனத்தே' என்றபடி அவர் அந்தத் தொழிலில் சிறந்து நிற்கும்போதே சிவ பக்தியிலும் சிறந்து நின்றார். தொண்டு புரிபவருக்குப் பொருள் வேண்டும், பதவி வேண்டும். ஆள் வேண்டும் என்று சொல்வது தவறு. உண்மையான தொண்டுள்ளம் படைத்தவர்கள் எந்த நிலையில் இருந்தாலும் அந்த நிலைக்குத் தக்கபடி தொண்டுகளைச் செய்வார்கள். பொருள் இல்லா விட்டால் உடலுழைப்பை வழங்கித் தொண்டு புரிவார்.

பொருளை வழங்குவதைவிட உடலுழைப்பை வழங்குவது உயர்ந்தது. திருக்குறிப்புத் தொண்டர் சிவனடியார்களிடம் தமக்குள்ள பக்தியை அவர்களுடைய ஆடைகளை வெளுப்பதனால் காட்டினார். அவர்

தொழிலிலும் தொண்டு செய்ய இடம் இருந்தது. உண்மையில் அவர் மனத்தில் இடம் இருந்ததனால்தான், தொழிலிலும் இடம் உண்டாயிற்று.

தம்முடைய கடைப்பிடியினின்றும் நழுவாமல் தொண்டு புரிந்து வந்த திருக்குறிப்புத் தொண்டரை உலகத்துக்கு அறிவிக்க இறைவன் விரும்பினான். பிள்ளை பள்ளியில் பயின்று புகழ் பெற வேண்டும். அவன் சோதனையில் தேர்ச்சி பெற வேண்டும் அல்லவா? அதுபோல எல்லா உயிருக்கும் தந்தையாகிய இறைவன் தன் பிள்ளையாகிய திருக் குறிப்புத் தொண்டருடைய பெருமையை ஒரு சோதனையின் மூலமாக வெளிப்படுத்த வேண்டுமென்று திருவுள்ளம் கொண்டான்.

மாரிக்காலம் அது. திடீர் திடீரென்று மழை பெய்து கொண்டிருந்தது. பூமி ஈரம் பெற்றது. குளிர் நடுக்கியது. அப்போது ஒரு சிவனடியார் திருக்குறிப்புத் தொண்டரை நோக்கி வந்தார். அவர் உடம்பு மிக மெலிந்திருந்தது. இடையிலே கந்தையை உடுத்திருந்தார். அதுவும் பல காலமாக அழுக்கேறி, நனைத்தாலும் எளிதில் நனையாதபடி இருந்தது.

திருநீறு பூசிய அழகுக் கோலத்துடன் வந்த அடியாரைக் கண்டவுடன் மனமகிழ்ந்து திருக்குறிப்புத் தொண்டர் அவரைப் பணிந்து எழுந்தார். அவர் மேனி மிகவும் மெலிந்திருப்பதைக் கண்டு, "தேவரீர் திருமேனி இவ்வளவு இளைப்பதற்குக் காரணம் என்ன?" என்று அன்புடன் வினவினார். பின்பு அவர் இடையில் அணிந்த கந்தை ஒரே கறுப்பாய் அழுக்குப் படலம் போர்த்திருந்ததைக் கண்டு, 'சுவாமி, இந்தக் கந்தையைத் தாருங்கள். நன்றாக வெளுத்துத் தருகிறேன்" என்று பணிவுடன் கூறினார்.

"இதையா கேட்கிறீர்? இது அழுக்காகத்தான் இருக்கிறது. ஆனாலும் இதுதானே எனக்குக் கவசம்? இராத்திரி காலங்களில் இதுவே எனக்குப் போர்வை. இதைக் கொடுத்து விட்டால் நான் கோவணத் தோடுதான் இருக்க வேண்டும். ஆனால்......!"

அவர் சற்றே யோசித்தார். பிறகு, "இதை வெளுத்துத் தருகிறேன் என்று சொல்கிறீர்கள். அப்படியானால் இன்று சூரியன் மலைவாயில் விழுவதற்குமுன் இதை வெளுத்து உலர்த்தித் தரவேண்டும்" என்றார்.

"அப்படியே தந்துவிடுகிறேன்" என்று திருக்குறிப்புத்தொண்டர் கூறினார். எப்படியாவது அந்தப் பெருமானுக்குத் தம்மால் இயன்ற தொண்டைச் செய்ய வேண்டுமென்பது அவர் ஆசை.

அடியவர் மறுபடியும், "இன்று சூரிய அஸ்தமனத்துக்குள் நிச்சயமாகத் தந்துவிட வேண்டும். இல்லாவிட்டால் இராத்திரி என்னால் குளிரைத் தாங்க முடியாது. பிணம் போல விறைத்துப் போகவேண்டியதுதான், அப்படியானால் நீரே பொறுப்பாளி" என்று சொல்ல, "நிச்சயமாக மாலைக்குள் வெளுத்து உலர்த்தித் தருகிறேன்" என்று திருக் குறிப்புத் தொண்டர் சொன்னார். சில நாளாக மழை நின்று வெயில் காய்ந்தபடியால் அன்று மாலைக்குள் அதை உலர்த்தித் தந்துவிடலாம் என்ற நம்பிக்கை அவருக்கு இருந்தது.

அடியார் தம் கந்தையைத் தொண்டரிடம் கொடுத்துச்சென்றார். உடனே அந்தக் கந்தையைக் கொண்டு திருக்குறிப்புத் தொண்டர் நீர்த்துறைக்குச் சென்று அதைத் தோய்த்தார். வெள்ளாவியில் வைத்தார். பிறகு அதைப் பிரித்து வெளுக்கலானார். அதற்குள் பிற்பகல் வந்துவிட்டது. அதோடு சோதனையாக மழையும் வந்துவிட்டது. இறைவன் செய்த சோதனைதான்!

வானமெல்லாம் மேகங்கள் கப்பிக்கொண்டன. மழை பலமாகப் பெய்தது. அதைக் கண்டபோது திருக்குறிப்புத் தொண்டர் உள்ளத்தே இடி இடித்தது. 'இந்த மழையில் நான் எப்படி ஆடையை உலர்த்தித் தருவேன்!' என்று வருந்தினார். 'இன்னும் சிறிது நேரத்தில் வானம் வெளிவாங்கலாம்' என்று எண்ணினார். அவரைச் சோதிப்பதற்காகவே வந்த மழை அது. அப்படி இருக்கும் போது அது எளிதில் நிற்குமா? மழை நிற்கவில்லை. பொழுது போய்க் கொண்டே இருந்தது. தொண்டருடைய முகத்தில் ஒளி மாழ்கியது. அவர் உள்ளத்தில் புயல் புகுந்தது. 'ஐயோ! முன்பே இதை வெளுத்துக்கொண்டு போய் வீட்டில் காற்றாடக் கட்டி உலர்த்தி யிருக்கலாமே! அப்படிச் செய்யாமல் முட்டாள்-தனமாகக் காத்திருந்தேனே! அந்தப் பெரியார் வந்தால் நான் என்செய்வேன்! அவர் திரு மேனி வெடவெட வென்று நடுங்குமே! இந்தப் பாவி. அவர் உடம்பு நடுங்கக் கண்டு மரம்போல நிற்பதா?' என்று அவர் நைந்தார். 'அவர்

முகத்தில் நான் எப்படி விழிப்பேன்! அழுக்குக் கந்தையாக இருந்தாலும் குளிர் தாங்குமே! நான் அதைப் பிடுங்கி வைத்துக் கொண்டு, வெளுத்துத் தருகிறேன் என்று வீரம் பேசினேனே!' என்று சாம்பினார். 'அவர் வருமுன் நாம் உயிர் விடுவதே சரி' என்று துணிந்து துணி வெளுக்கும் பாறையில் தம் தலையை மோதிக் கொள்ளப் போனார்.

சோதனை செய்த அருளாளனாகிய ஆண்டவன், தன் பிள்ளை அச் சோதனையில் வெற்றி பெற்றுவிட்டான் என்று கண்டான். அடியார் உள்ளம் புண்படுவதைக் காண்பதற்குமுன் உயிரையே விட்டுவிட வேண்டும் என்ற துணிவை உணர்ந்தான். அவனுடைய மலர்ச் செங்கை பாறையினின்றும் எழுந்து திருத்தொண்டர் தலையைத் தாங்கியது. பல காலமாகப் பல தொண்டர்களுடைய ஆடையை வெளுத்த அப்பாறை, திருக்குறிப்புத் தொண்டருடைய அரும்பெருந் தொண்டுக்கு நிலைக்களமாக இருந்த அப்பாறை, இப்போது இறைவன் திருக்கரம் எழும் அற்புத ஆலயமாகிவிட்டது. சிரம் மோதப் புகுந்த தொண்டரின் எண்ணம் நிறைவேறவில்லை. இறைவன் கரம் அதைத் தடுத்தது.

மேகங்கள் மறைந்தன. வானம் வெளிவாங்கியது. அவ் வானத்தே விடைமேல்
எழுந்தருளினான் சிவபெருமான். உமா தேவியாரோடு கோலங் காட்டிய பெருமானைக் கண்டு உருகித் தொழுது நின்றார் தொண்டர். அப்போது இறைவன், "உலகம் முழுதும் உன்னுடைய திருத்தொண்டின் பெருமையை உணர்ந்து கொள்ளும்படி அறிவித்தோம்; நீ நம்முடன் இருந்து இன்புறுவாயாக'' என்று அருள் புரிந்தான்,

----

20. சண்டேசுர நாயனார்

மாட்டுக்கு ஏதோ உற்சாகமோ, அல்லது கோபமோ தெரிய வில்லை. அது தன் தலையைத் தாழ்த்திக்கொண்டு கொம்பினால் ஆய்க்குலச் சிறுவனை முட்ட வந்தது. அவன் சற்றே விலகிக் கொண்டு பின்பு அதைத் தட்டிக் கொடுத்திருக்கலாம். அப்படிச் செய்திருந்தால் சண்டேசர் பெருமை உலகுக்குத் தெரிந்திராதே! தன்னை முட்டவந்த பசுமாட்டை வெளுவெளுவென்று வெளுத்து விட்டான் அந்த ஆய்ச் சிறுவன். பசுவின் கண்ணில் நீர் வந்ததோ என்னவோ; அங்கே நின்ற பிரமசாரி ஒருவனுடைய கண்ணில் கட கடவென்று நீர் அருவி புறப்பட்டது.

சோழ வள நாட்டில் மண்ணியாற்றங் கரையில் உள்ள சேய்ஞலூரில் நடந்த செயல் இது. வேத வேள்வியைப் போற்றி வாழும் அந்தணாளர் மலிந்த ஊர் அது. எப்போதும் வேத முழக்கமும் வேள்விப் புகையும் நிரம்பிய பெரும்பதி. முருகன் இறைவனை வழி பட்ட நல்ல ஊர்; ஆதலால் அதற்குச் சேய்ஞலூர் என்ற திருநாமம் உண்டாயிற்று. அதுவே இறைவனுக்கு மற்றொரு சேயை வழங்கும் நல்ல ஊராகவும் ஆயிற்று.

சேய்ஞலூர் அந்தணர்களில் எச்சதத்தன் (யக்ஞதத்தன்) என்பவன் ஒருவன். அவனுடைய குமாரன் விசாரசர்மன். அந்தப் பிள்ளையாண்டானே ஆயன்கைக் கோலால் அடிபட்ட ஆவைக் கண்டு கண்ணீர் சொரிந்தவன்.

மறையவர் வீட்டு ஆவினத்தை மேய்த்துவரும் கடமையைச் செய்பவன் அந்த ஆய்க்குலச் சிறுவன். அவன் மாட்டை அடித்தவுடன் இந்த அந்தணச் சிறுவனுக்கு உள்ளம் கலங்கியதற்குக் காரணம், அவன் இளமையில் இறைவன் அருளொளி வீசும் அறிவு நிறைந்தவனாக இருந்ததுதான். உபநயனம் செய்வதற்கு முன்பே அவனுக்கு வேத மந்திரங்கள் தெரிந்துவிட்டன. அவனுக்கு ஏழு வயசில் முப்புரிநூல் அணிவித்தனர். அதன்பின் வேத அறிவில் தலை சிறந்து நின்றான். அந்த அறிவோடு இறைவனை எண்ணி வாழும் பேரன்பும் அவனிடம் உண்டாயிற்று.

ஆய்க்குலச் சிறுவன் பசுவை மேலும் அடிக்காமல் சென்று அவனைத் தடுத்தான் விசாரசர்மன். அவனுடைய மனக்கண்முன் ஆவினத்தின்

பெருமைகள் ஒன்றன்பின் ஒன்றாகத் தோன்றின. 'எல்லாத் தேவர்களையும் எல்லாத் தீர்த்தங்களையும் தன் உடம்பில் கொண்டு விளங்கும் புண்ணியத் திருவுருவம் அல்லவா பசு? நம்மை யாளும் சிவபெருமானுடைய அபிஷேகத்துக்குப் பஞ்சகவ்வியங்களை வழங்கும் பெருமை உடையதாயிற்றே. சிவபெருமானுக்கு உகந்த திருநீற்றுக்குரிய மூலம் அவதாரம் செய்யும் மூர்த்தம் அன்றோ? எல்லாவற்றுக்கும் மேலாக இறைவன் எழுந்தருளும் விடைத்தேவருடைய குலம் அல்லவா இந்த ஆவின் குலம்?' என்ற நினைவினால் அவன் உருகினான்.

"இனிமேல் இந்தப் பசுக்களை நீ மேய்க்க வேண்டாம். நானே மேய்க்கிறேன்" என்று ஆயனைப் பார்த்து மறைச் சிறுவன் கூறி, அன்றுமுதல் அவற்றைப் பாதுகாக்கும் செயலை மேற்கொண்டான். மறையவர்களும் அதற்கு உடன்பட்டார்கள்.

பசுக்களின் மேன்மையை அறிந்தவனாதலின் அவற்றை வளப்பமான புல் உள்ள இடங்களுக்கு ஓட்டிச் சென்று மேயவிட்டும், தானே புல்லைப் பறித்து அளித்தும், நல்ல நீர் உள்ள இடத்தில் நீரருந்தச் செய்தும் கண்ணும் கருத்துமாகப் போற்றி வந்தான். அதனால் பசு மாடுகள், முன்பைவிட அழகும் வளமும் பெற்று நிரம்பப் பாலைப் பொழிந்தன. வீட்டிலே கன்றை விட்டுவிட்டு வந்த பசுக்கள், மறைக் கன்றாகிய விசாரசர்மனிடத்தில் மிக்க அன்பு உடையனவாகி அவனை நக்கிக்கொடுத்தும், அவன்மேல் உராய்ந்தும், கறக்காமலே மடியிலிருந்து பாலைப் பொழிந்தும் தம் அன்பைப் புலப்படுத்தின.

ஆவினங்கள் பால் பொழிவதைக் கண்ட சிறுவனுக்கு ஒரு நினைவு உண்டாயிற்று. இறைவனுக்கு அபிஷேகம் செய்வதற்குரியது அல்லவா இப்பால் என்ற எண்ணத்தால் ஒரு காரியம் செய்யத் தொடங்கினான். மண்ணி யாற்றங் கரையிலே மணலாலே கோயில் கட்டினான். அதன் நடுவே மணலால் சிவலிங்கம் அமைத்தான். புதிய பாண்டங்களைக் கொண்டுவந்து பசுக்களின் மடியிலிருந்து பாலைக் கறந்து வைத்துக்கொண்டு அவற்றை மந்திரங்கூறி அபிஷேகம் செய்தான். அங்கே கிடைக்கும் மலர்களையும் இலைகளையும் பறித்து வந்து அருச்சனை செய்தான். இந்த அன்புப் பூசை நாள் தோறும் நடைபெற்று வந்தது. பூசை

செய்யப் புகுந்துவிட்டால் அச் சிறுவன் எல்லாவற்றையும் மறந்து அப் பூசையில் ஈடுபட்டிருப்பான். இந்தப் பூசைக்குப் பால் வழங்குவதனால் வீட்டில் கறக்கும் பாலின் அளவு குறையவில்லை; பின்னும் மிகுதியாயிற்று.

ஒருநாள் அயலூரான் ஒருவன் அந்த இளம் பெரியான் செய்யும் பூசையைக் கண்டான். அந்தப் பிரமசாரியின் பக்தியைத் தெரிந்து கொள்ளும் பாக்கியம் அவனுக்கு இல்லை. பையன் விளையாட்டாகப் பாலை யெல்லாம் மணலில் ஊற்றி வீணாக்குகிறான் என்று எண்ணினான். அதோடு அவன் நிற்கவில்லை. உடனே சேய்ஞலூர் சென்று, "இந்தப் பைத்தியக்காரப் பிள்ளையாண்டானை நம்பி மாடுகளை மேய்க்க அனுப்பி யிருக்கிறீர்களே! இவன் பாலைக் கறந்து கறந்து மணலில் கொட்டுகிறானே!" என்று ஊர்ப் பெரியவர்களிடம் சொல்லி விட்டான்.

அவர்கள் எச்சதத்தனை அழைத்து, "உன் பிள்ளை இப்படிச் செய்கிறானாமே?" என்று விசாரித்தார்கள்.

"எனக்கு இச் செய்தி தெரியாது. இதுவரையில் நடந்ததைப் பொறுத்துக் கொள்ளுங்கள். இனி நடவாமல் பார்த்துக் கொள்கிறேன்" என்று அவன் உறுதிமொழி கொடுத்தான். இதைத் தன் பிள்ளையிடம் சொல்லாமல் அன்று இரவு இருந்த எச்ச சதத்தன். மறுநாள் தன் மகனுடைய செயலைக் கவனிக்கப் புறப்பட்டான்.

வழக்கம்போல் புண்ணிய உருவாகிய அச் சிறுவன், பல மண்பாண்டங்களில் பாலைக் கறந்து அருகே வைத்துக்கொண்டு பூசை செய்யத் தொடங்கினான். அவனுடைய தந்தையோ, என்ன நடக்கிறது என்பதைக் காண அருகே ஒரு குரா மரத்தின்மேல் ஏறி மறைந்து கொண்டிருந்தான். ஆவாகனம் முதலியவற்றை முறைப்படியே செய்த இளம் பக்தன் பசுவின் பாலை எடுத்து மஞ்சனம் ஆட்டத் தொடங்கினான். அப்போது சினம் மிக மூண்ட எச்சதத்தன் கீழே இறங்கி வந்து தன் கையில் இருந்த கோலால் தன் புதல்வன் முதுகில் அடித்தான். பூசையிலே ஈடுபட்டுத் தேக உணர்வையும் மறந்திருந்த விசாரசர்மனுக்கு அந்த அடி உறைக்கவில்லை. அவன் பூசையை நிறுத்தவில்லை.

பின்னும் தந்தைக்குக் கோபம் அதிகமாயிற்று. அங்கே பாலை நிரப்பி வைத்திருந்த பாண்டங்களைக் காலால் தட்டினான். அப்போது தான் விசாரசருமனுக்கு உண்மை தெரிந்தது. தன் தந்தை செய்யும் அடாத காரியம் அவன் கண்ணில் பட்டது. அருகில் இருந்த கோலை எடுத்தான். திருவருட் பலத்தால் அதுவே கோடரியாக மாறியது. இறைவனுக்குரிய திருமஞ்சனப் பால் வைத்த குடங்களைச் சிதைத்த கால்களின்மேல் அதை வீசினான். கால் இரண்டும் துண்டுபட்டு மறையவன் கீழே விழுந்தான். அதே சமயத்தில் வான வெளியில் இறைவன் விடையூர்தியின்மேல் உமாதேவியுடன் தோன்றினான்.

பக்தி முதிர்ந்த பாலகன் அப் பெருமானுடைய திருத்தாளில் விழுந்து பணிய, இறைவன் அச் சிறுவனை எடுத்து அணைத்து, "பெற்றெடுத்த தந்தையை நீ மழுவால் எறிந்தாய். அந்தத் தகப்பனை நீ போக்கினாய். இனி உனக்கு நாமே தந்தை" என்று சொல்லி அவனுடைய உச்சி மோந்து திருவருள் பாலித்தான். 'சிவபிரானுடைய அணைப்பிலே தெய்வ ஒளிமயமாகத் திகழ்ந்தான் சிறுவன். இறைவன் தன்னுடைய திருமுடியில் இருந்த கொன்றை மாலையை எடுத்து விசார சருமனுக்கு அணிந்து, "அப்பா, நம்மைப் பூசை செய்த நிர்மாலியங்களும், நிவேதனம் செய்த பிரசாதமும் உனக்கு உரிமையாகும்படி செய்தோம். உனக்குச் சண்டீச பதம் வழங்கினோம். இனி நீ சிவனடியார்களாகிய மாகேசுவரர்களுக் கெல்லாம் தலைவனாகப் பிரதம மாகேசுவரனாக விளங்குவாய்" என்று அருளினார். அது முதல் விசார சர்மர் சண்டேசர் ஆனார். இறைவன் பூசையின் நிர்மாலியங்களை அவருக்கு அணிந்து வழிபட்டார்கள் பக்தர்கள். திருக்கோயில்களில் நிவந்தம் அமைப்பாரும் பிறரும் முதல் மாகேசுவரராக வழிபட்டுத் தொண்டு புரிந்தனர்.

தான் செய்த அபசாரத்துக்குரிய தண்டனையைப் பேரடியாரால் பெற்ற எச்ச தத்தன், அத் தண்டனையால் பாவம் நீங்கிச் சிவலோக பதவியை அடைந்தான்.

விசாரசர்மர், தாமே பாலைச் சோரவிட்ட ஆவின் அன்பையும். அப்படிக் கீழே சொரியும் பாலையும் கண்டு, மக்களுக்கு வேண்டிய அளவுக்கு

மேற்பட்டுப் பெருகும் அப்பாலை, பின்னும் சிறந்த தொண்டுக்குப் பயன்படுத்த எண்ணினார். அதனால் சிவ பூசைக்குப் பயன் படுத்தினார். அவருக்குச் சிவபூசையே விளையாட்டின்பத்தைத் தந்தது. ஒருமை மனத்தோடு இறைவன் பூசையில் ஈடுபட்ட அதுவே அவருக்குத் தவமுமாயிற்று. வேண்டிய வேண்டியாங்கு எய்தும் தவத்தால் அவர் உயர்ந்த பதவியைப் பெற்றார்.

----

21. திருநாவுக்கரசு நாயனார்

அறுபத்து மூன்று நாயன்மார்களில் மூன்றுபேர் சைவ சமய ஆசாரியர்கள். திருஞான சம்பந்தர், திருநாவுக்கரசர், சுந்தரமூர்த்தி நாயனார் என்னும் மூவரே அவர்கள். இவர்களில் இறைவனைத் தந்தையாகவும் தம்மைப் புதல்வராகவும் கொண்டு சத்புத்திர மார்க்கம் என்ற நெறியிலே அன்பு செய்தவர் திருஞானசம்பந்தர். இறைவனை ஆண்டானாகவும் தம்மை ஊழியராகவும் பாவித்து அன்பு புரியும் தாசமார்க்கத்திலே தலைநின்றவர் அப்பர் சுவாமிகள். தோழராக இருந்து வழிபட்டவர் சுந்தரர். இம்மூவரிலும் மனம் மொழி மெய் என்ற மூன்றினாலும் திருத்தொண்டு புரிந்தவர் திரு நாவுக்கரசர். இவர் இறைவனை எப்போதும் சிந்தித்திருந்தார்; இது மனத்தால் செய்த தொண்டு. இறைவனைத் தேவாரத்தால் பாடி இன்புற்றார்; இது மொழியினால் செய்த தொண்டு. திருநாவுக்கரசர் என்ற திருநாமமே இத்தொண்டைக் குறிப்பிக்கும். திருக்கோயில் பிராகாரங்களில் உள்ள புல்லைச் செதுக்கிக் கல்லை ஒதுக்கி உழவாரத் தொண்டு புரிந்து வந்தார்; இது மெய்யால் செய்த தொண்டு. அதனால் அவரை உழவாரப் படையாளி என்று போற்றுவார்கள். அவருடைய திருவுருவ ஓவியங்களிலும், திருவுருவப் படிமங்களிலும், அவர் திருக்கரத்தில் உழவாரத்தை ஏந்தியிருக்கும் திருக்கோலத்தில் இருப்பதைக் காணலாம். புல்லைச் செதுக்கப் பயன்படும் கருவி உழவாரம்.

இறைவனிடம் அன்புடையவர்கள் மூன்று கரணங்களாலும் தொண்டாற்றுவார்கள் என்பதை நாவுக்கரசர் வாழ்க்கை தெரிவிக்கிறது. காந்தியடிகள் நூல் நூற்றல், வீதி பெருக்குதல் ஆகிய உட லுழைப்பை வற்புறுத்தினார். விநோபா அவர்கள் சிரமதானம் என்று மெய்யால் செய்யும் தொண்டைச் சிறப்பிக்கிறார். அந்தத் தொண்டை முன்பே செய்து காட்டியவர் நாவுக்கரசர்.

நடுநாட்டில் திருவாமூர் என்ற ஊரில் புகழனார் என்ற வேளாளருக்கும், மாதினியார் என்ற பெருமாட்டிக்கும் புதல்வராகப் பிறந்தவர் திருநாவுக்கரசர். அவருக்கு மருள்நீக்கியார் என்ற திருநாமத்தைத் தாய்

தந்தையர் வைத்தார்கள். அவருக்கு முன் திலகவதியார் என்ற பெண்மணியார் பிறந்தார்.

கல்வியிலும் அறிவிலும் சிறந்து விளங்கினார், மருள்நீக்கியார். அக்காலத்தில் அரசன் ஜைனனாக இருந்தான். ஜைனர்கள் தம்முடைய சமயத்தைப் பரப்புவதில் குறியாக இருந்தனர். மருள்நீக்கியார் அவர் வாதத்தில் ஈடுபட்டு ஜைன சமயத்தில் சேர்ந்தார். தம் அறிவுத் திறத்தால் அவர்களுக்குள் ஆசாரியரானார். ஆனாலும் அவர் உள்ளத்தில் வாசனைப் பழக்கத்தினால் தம் பரம்பரைக்குரிய சைவ நெறியின் நினைவே படிந்திருந்தது. அறிவும் ஆசாரமும் ஜைன நெறியைப் பற்றிக் கொண்டிருக்கவும், உள்ளம் அறிவையும் மிஞ்சிச் சைவத்தை நினைக்கவும் இரட்டை வாழ்க்கை வாழ்ந்து வந்தார் மருள்நீக்கியார். ஜைன சமயத் தலைவராக வாழ்ந்தபோது அவருக்குத் தருமசேனர் என்ற பெயர் வழங்கியது.

இந்த இரட்டை வாழ்க்கையிலிருந்து அவரை விடுவிக்க எண்ணினான் சிவபெருமான். தருமசேனருக்குச் சூலைநோய் உண்டா யிற்று. அது மருத்துவத்தால் தீரவில்லை. ஜைனர்கள் தம் மந்திரங்களைப் போட்டனர். அவற்றாலும் அடங்கவில்லை. சூலைநோய் சுருட்டி முடக்கிக் குலைத்தது. உயிருக்கு மோசம் வந்துவிடும் என்ற நிலை வந்துவிட்டது.

அப்போது அவருக்குத் தம் தமக்கையாருடைய நினைவு எழுந்தது. அவ் வம்மையார் திருவதிகையில் இறைவனுக்குத் தொண்டு புரிந்துகொண்டு வாழ்ந்தார். திருப்பாதிரிப்புலியூரில் இருந்த தருமசேனர் இரவோடு இரவாக ஒருவருக்கும் தெரியாமல் திருவதிகை சென்று திலகவதியார் காலில் விழுந்தார். "என் தம்பி சிவநெறிக்கு மீளவேண்டும்" என்று இறைவனிடம் விண்ணப்பம் செய்துகொண்டு வந்தவராதலின், திலகவதியார் அவரைத் தேற்றிப் பஞ்சாட்சரத்தைச் சொல்லித் திருநீறு அளித்து அணியச் செய்தார். பின்பு ஆலயத்துக்கு அழைத்துச் சென்றார். அங்கே திருவதிகை வீரட்டானேசுவரர் சந்நிதியில் நின்று மருள் நீக்கியார், "கூற்றாயினவாறு விலக்ககிலீர்" என்ற திருப்பதிகத்தைப் பாடலானார். அதைப் பாடியவுடன் அவருடைய சூலைநோய் நீங்கியது. இறைவன்

அவரை நாவுக்கரசன் என்று அழைத்தான். அது முதல் இறைவனைப் பாடும் தொண்டையும் இடைவிடாமல் செய்துவரலானார்.

ஜைனர்கள் தம் கூட்டத்தினின்று பிரிந்து சென்றதற்காக நாவுக்கரசர்மேல் சினம் கொண்டார்கள். சமணனாகிய பல்லவ மன்னனிடம் சொல்லி நாவுக்கரசரைத் தண்டிக்கச் செய்தார்கள். அவன் அவருக்கு நஞ்சு அருத்தியும், அவரைச் சுண்ணாம்புக் காளவாயில் இட்டும், கல்லைக் கட்டிக் கடலில் போட்டும் துன்புறுத் தினான். இறைவனுடைய திருவருளையே துணையாகக் கொண்ட நாவுக்கரசர், அந்த இடுக்கணுக்கெல்லாம் சிறிதும் துன்புறாமல் இருந்தார். ஜைனர்கள் ஒன்றும் செய்ய வகையின்றித் தடுமாறினர். பிறகு அரசன் அவருடைய அருட்பலத்தைக் கண்டு அஞ்சிச் சைவ சமயத்தை மேற்கொண்டான்.

இறைவனால் ஆட்கொள்ளப்பெற்ற நாவுக்கரசர் அப் பெருமான் எழுந்தருளியிருக்கும் தலங்களை யெல்லாம் தரிசிக்கும் ஆர்வத்தோடு புறப்பட்டார். தில்லையைத் தரிசித்துக்கொண்டு சீகாழிக்கு வந்தார். திருஞானசம்பந்தப் பெருமான் வாழ்ந்திருந்த காலம் அது. அங்கே அவரைக் கண்டு பணிந்து உறவாடினார். சம்பந்தப் பெருமான் நாவுக் கரசரைக் கண்டவுடனே, "அப்பரே!" என்று சொல்லி வரவேற்றார். அதுமுதல் நாவுக்கரசருக்கு அப்பர் சுவாமிகள் என்ற திருநாமமும் வழங்கலாயிற்று. பின்பு சம்பந்தப் பெருமானிடம் விடைபெற்றுத் திருநல்லூர் சென்று அங்கே இறைவன் திருவடியைத் தலைமேல் சூட்டியருள, அவர் இன்புற்றார்.

திங்களூர் என்ற ஊரில் அப்பூதியடிகள் என்னும் அந்தணர், நாவுக்கரசரைக் காணாவிட்டாலும் அவருடைய சிறப்பை உணர்ந்து அவரையே வழிபடு கடவுளாகப் போற்றி வந்தார். அங்கே சென்று அப்பூதியடிகளால் உபசரிக்கப் பெற்றார். இலை கொணரச் சென்ற அப்பூதி யடிகளின் புதல்வனைப் பாம்பு தீண்ட அவன் இறந்தான். அதனை அறிந்து திருப்பதிகம் பாடி அவனை மீட்டும் எழுப்பினார் அப்பரடிகள்.

திருஞான சம்பந்தரும் அவரும் சேர்ந்து பல தலங்களைத் தரிசித்தார்கள். திருவீழி-மிழலையில் இருவரும் தங்கியிருந்தபொழுது பஞ்சம்

வந்துவிட்டது. அப்போது ஆலயத்துப் படியில் இறைவன் சம்பந்தருக்கும் நாவுக்கரசருக்கும் காசு வைத்தருளினான். அவற்றைக் கொண்டு யாவருக்கும் உணவளித்து வந்தார். பிறகு வேதாரண்யம் சென் று, வேதங்கள் அடைத்துச் சென்றிருந்த திருக்கதவைப் பதிகம் பாடித் திறக்கும்படி செய்தார் அப்பர்.

திருப்பைஞ்ஞீலிக்கு அப்பர் சென்றபொழுது மிகவும் களைப்புற் றிருந்தார். அப்போது இறைவன் அந்தண உருவத்தில் எழுந்தருளிக் கட்டுச் சோறு அளித்து அவரது களைப்பை நீக்கி மறைந்தான்.

இறைவன் எழுந்தருளி யிருக்கும் திருக்கயிலையைத் தரிசிக்க வேண்டும் என்ற ஆர்வம் அப்பருக்கு மிகுதியாயிற்று. ஆண்டுபல முதிர்ந்து தளர்ந்த உடம்புடையவ ரானாலும் தளராத உள்ளத்தோடு புறப்பட்டார். பல காதம் கடந்தபிறகு அவர் கால்கள் தளர்ந்தன; தேய்ந்தன. பின்பு கைகளால் தத்தித் தத்திச் சென்றார். கைகளும் தேய்ந்தன. உடம்பை உருட்டிக்கொண்டே சென்றார். உடம்பும் தேய்ந்துகொண்டு வந்தது.

அப்போது இறைவன் ஒரு முனிவர் வேடம் கொண்டுவந்து. "எதற்காக இப்படிச் செய்கிறீர்?" என்று கேட்டார்.

"கயிலையைத் தரிசிக்க ஆசை" என்றார்.

'கயிலையாவது, நீர் பார்ப்பதாவது! பேசாமல் ஊறாக்குப் போம்" என்று முனிவர் கூறினார்.

"என் உயிர் போனாலும் இம்முயற்சியை விடேன் " என்று அப்பர் கூற. இறைவன் மறைந்தருளினான். வந்தவன் சிவபிரான் என்று அறிந்து வியப்போடு துதித்தபோது, இறைவன் அங்கே ஒரு பொய்கையைக் காட்டியருளி, "அதில் மூழ்கித் திருவையாற்றில் எழுந்தால் அங்கே திருக்கயிலைக் காட்சியைப் பெறலாம்" என்று அருளினான்.

அப்பர் தம் உடலைப் பழையபடியே பெற்று அப் பொய்கையில் மூழ்கி எழும்போது திருவையாற்றில் இருந்தார். அங்கே திருக்கயிலைக் காட்சியைக் கண்டு இன்புற்றார்.

பிறகு திருப்பூந்துருத்தி சென்று சில காலம் தங்கியிருந்தார். அப்பால் திருப்புகலூர் போய்த் தங்கி உழவாரப் பணியையும் தேவாரப் பணியையும் செய்து வந்தார். அவர் அவர் உழவாரப்பணி செய்யும்போது இந்திரன் அவரைச் சோதிக்கவேண்டி, செதுக்குமிடத்தில் பொன்னையும் மணியையும் குவித்தான். அப்பர் அவைகளும் அடியார் காலில் உறுத்துவன என்று கல்லோடும் மண்ணோடும் ஒன்றாக எண்ணி விலக்கினார். அரம்பையர் வந்து தம் அழகால் அவரை மயக்கலாயினர். அவர்களையும் ஏறிட்டுப் பாராமல் தம் தொண்டில் ஈடுபட்டு நின்றார்.

இவ்வாறு பல சோதனைகளில் வென்று புடமிட்ட பொன்போல் ஒளிர்ந்தார் திருநாவுக்கரசர். ஒரு சித்திரை மாதத்தில் சதய நட்சத்திரத்தில் புகலூரில் இறைவன் திருவடி நீழலில் கலந்தார்.

அப்பர் சுவாமிகளுடைய திருவாக்கைத் தேவாரத்தில் காணலாம். அவை 4 முதல் 6 வரையிலும் உள்ள மூன்று திருமுறைகளாக அமைந்திருக்கின்றன. அவருடைய வாக்கு நம் உள்ளத்தை உருக்கும் தன்மையை உடையன. அவர் நம்மைப்போல் உலகியலில் உழன்று வருந்தியவர். ஆகையால், அவர் குரல் நமக்கு நன்றாக விளங்குகிறது. நமக்கும் இறைவன் திருவருள் கிடைக்கும் என்ற நம்பிக்கையை ஊட்டும் வாக்கு அது. திருத்தாண்டகம் என்று பெயர் பெற்ற பாடல்களை அவர் மிகுதியாகப் பாடியிருக்கிறார். அவை மனம் கரைக்கும் வாசகங்கள். அதனால் அவருக்குத் தாண்டகச் சதுரர் என்ற திருநாமம் வழங்கும்.

உடம்பினாலும் உரையினாலும் அவர்செய்த தொண்டு இலக்கியங்களிற் புகழப் பெறுபவை. அவர் உரைத் தொண்டின் பயனாகிய தேவாரம், இன்றும் உயிருள்ள அப்பராக நமக்குக் காட்சி அளித்துக் கொண்டு நிலவுகிறது.

----

22. குலச்சிறை நாயனார்

அரசனுக்கு எத்தனை ஆற்றல் இருந்தாலும் அவனுக்குத் துணையாக நல்ல அமைச்சர்கள் இருந்தால்தான் அரசாட்சி நன்கு நடை பெறும். சில சமயங்களில் அரசன் தக்கபடி நடவாவிட்டால் அவனைத் திருத்தி நல் வழியில் செலுத்த வல்லவர்களாக அமைச்சர்கள் இருக்க வேண்டும். "அரசனே இப்படி இருக்கும்போது நமக்கு என்ன கவலை?" என்று பராமுகமாக இருந்தாலும், "அரசனை எப்படித் தடுப்பது?" என்று அஞ்சினாலும், அரசனுக்கு ஏற்றபடி இச்சகம் பேசினாலும் நாடு சீர்குலைந்துவிடும். அத்தகைய அமைச்சர்களை எண்ணியே, "ஊரைக் கொளுத்துகிற அரசனுக்கு ஊதிக் கொடுக் கிறவன் மந்திரி'' என்ற பழமொழி உண்டாயிற்று.

பாண்டியன் நெடுமாறன் வழிவழி வந்த பாண்டிய மரபில் உதித்தாலும், அம் மரபுக்குரிய சைவ நெறியினின்றும் மாறி ஜைனனானான். சமய உணர்வு மிகுதியினால் இது சிறந்தது என்று கருதி மாறவில்லை. ஜைனருடைய ஆரவாரத்திலும் பழக்கத்திலும் அவன் அறிவு திறம்பியது. அவன் ஜைன சமயத்தினனாகவே, ஜைன குருமார்கள் அவனைத் தம் வசப்படுத்தி அரசியலிலும் குறுக்கிடத் தொடங்கினர்.

அப்போது அமைச்சர் தலைவராக இருந்தவர் குலச்சிறையார். அவர் பாண்டிய நாட்டில் உள்ள மணமேற்குடி என்ற ஊரில் பிறந்தவர். சிவபெருமானை அல்லும் பகலும் நினைந்து அன்பு செய்கிறவர். சிவனடியார்களைத் தெய்வம் என்று மதிப்பவர். எந்தச் சாதியினரானாலும் எந்த நிலையினரானாலும் திருநீறும் கண்டிகையும் புனைந்தவர்களானால் எதிர்கொண்டு வரவேற்று அவர் காலில் விழுவார்; பணிந்து உபசரித்து விருந்து அளித்து அனுப்புவார். தம் இல்லக் கிழத்தியாரும் தம் அறத்துக்குத் துணை நிற்க, இந்தத் தொண்டர் வழிபாட்டைச் சிறப்பாகச் செய்து வந்தார். அடியார் தனியே வந்தாலும் கூட்டமாக வந்தாலும் சிறிதும் தங்கு தடையின்றி உணவு அருத்தி உவகை அடைந்தார்.

அவருக்குப் பெருநம்பி என்று ஒரு பட்டம் உண்டு. சுந்தரமூர்த்தி சுவாமிகள் பெருநம்பி குலச்சிறையார் என்று அவரைக் குறிக்கிறார்.

பழங்காலத்தில் சிறந்த அமைச்சர்களுக்குப் பெருநம்பி என்ற பட்டம் சோழர்களாலும் பாண்டியர்களாலும் அளிக்கப் பெறுவது வழக்கம். ஒட்டக்கூத்தர் தாம் இயற்றிய தக்கயாகப் பரணியில் குலச்சிறையார் பெரு நம்பி என்னும் பட்டம் உடையவர் என்பதைக் குறித்திருக்கிறார்.

அரசன் ஜைன நெறியில் புகுந்ததோடன்றி ஜைனர் சார்பில் ஒழுகிச் சைவர்களைப் புறக்கணிப்பதைக் குலச்சிறையார் அறிந்து மிக வருந்தினார். பாண்டியன் மனைவியாராகிய மங்கையர்க்கரசியார் சிவ பக்தியிற் சிறந்தவர். அவரும் தம் கணவருடைய மாற்றம் கண்டு வருந்தி இறைவனிடம் அவர் திருந்தவேண்டுமென்று மனம் உருகி வேண்டினார்.

அக்காலத்தில் ஒரே குடும்பத்தில் வெவ்வேறு சமயத்தைச் சார்ந்தவர்கள் இருப்பதும் உண்டென்று தெரிய வருகிறது. குலச்சிறையார் மங்கையர்க்கரசியாருடைய பக்தி நிலையைத் தெரிந்து அவரைத் தெய்வமாகப் போற்றி வந்தார். திருஞான சம்பந்தப் பெருமான் மதுரைக்கு எழுந்தருளினால் ஜைனர்களுடைய ஆரவாரம் அடங்குமென்று அரசியார் நினைத்தார். அவர் விருப்பம் நிறைவேறுவதற்கு உறுதுணையாக நின்றார் குலச்சிறையார். சம்பந்தப் பெருமானை வருவித்து வேண்டிய வழிபாடு ஆற்றி, ஜைனர்கள் வாதத்தில் தோல்வியுற. அவர்களுக்குரிய தண்டனையைப் பெறும்படி செய்தார் இந் நல்லமைச்சர்.

அரசன் பழையபடி சைவனாகி மரபுக்கு ஏற்ற செயல்களில் ஈடு படும்படி செய்த பெருமையில் குலச்சிறையாருக்கு ஒரு பங்கு உண்டு.

----

23. பெருமிழலைக் குறும்ப நாயனார்

சோழ நாட்டின் ஒரு பகுதி மிழலை நாடு. அதன் தலைநகர் மிழலை. அதைப் பெருமிழலை என்றும் வழங்குவர். தொண்டரும் சான்றோரும் நிறைந்த பதி அது. அந்தப் பழைய ஊரில் குறும்பனார் என்ற அடியார் வாழ்ந்து வந்தார். ஆண்டவனிடத்தில் இடையறாத அன்பும் அடியார்களுடைய உறவில் ஆர்வமும் உடைய பெரியார் அவர்.

அடியவர்கள் வந்தால் அவர்களை எதிர்கொண்டு சென்று அழைத்து வந்து உபசாரம் செய்வார். அவர்களுக்கு இன்னபொருள் வேண்டுமென்பதை அவர்கள் சொல்லு முன்பே குறிப்பினால் அறிந்து உதவுவார்; வேண்டிய ஏவல்களைச் செய்வார்.

அடிக்கடி தொண்டர்கள் பலர் அவரை நாடி வருவார்கள். அவர்களுக்கு அறுசுவை உண்டி வழங்குவதோடு வேண்டிய பொருளையும் வழங்குவார். இறைவன் திருவருளே இறவாத பெருஞ் செல்வம் என்ற மெய்யுணர்வு வரப்பெற்றவராக விளங்கினார் அவர்.

திருத்தொண்டர்களிடத்தில் பேரன்பு உடையவராக இருந்த அவருக்குப் பழந்தொண்டர்களைப் பாடி உலகுக்குத் திருத்தொண்டத் தொகை என்ற பதிகத்தை வழங்கிய சுந்தரமூர்த்தி சுவாமிகளிடத் தில் அளவற்ற பக்தி உண்டாயிற்று. எப்போதும் அப் பெருமானுடைய புகழைப் பேசியும் நினைந்தும் இன்புற்றார். அவரைச் சென்று தரிசனம் செய்து வந்து எப்போதும் அவரைத் தியானம் பண்ணியபடியே இருந்தார். இறைவன் திருவருளைப் பெறச் சுந்தரமூர்த்தி சுவாமிகளிடம் பக்தி செய்தலே சிறந்த வழி என்ற உறுதியோடு வாழ்ந்தார். அந்த உபாசனையின் பலத்தால் அவருக்கு அட்டமா சித்திகளும் கைவந்தன. இறைவனுடைய திருவைந்தெழுத்தையே எல்லாமாக எண்ணித் தவம் புரிந்தார்.

சுந்தரமூர்த்தி சுவாமிகள் அவ்வப்போது எவ்வெவ்விடத்தில் இருந்து என்ன என்ன செய்து வருகிறார் என்பதைப் பெருமிழலைக் குறும்ப நாயனார் உணர்ந்து கொண்டு வந்தார். சுந்தரர் திருவஞ்சைக் களம் சென்று அங்கிருந்தபடியே கைலாயம் செல்லப் போகிறார் என்பதையும்

தம்முடைய உள்ளுணர்வால் அவர் அறிந்தார். 'சுந்தரர் வாழாத மண்ணில் வாழ என் மனம் பொருந்தாது. அப்பெருமான் திருக்கைலை சேர்வதற்கு முன் நான் யோக நெறியால் அங்கே செல்வேன்'என்ற எண்ணம் அவர்பால் மூண்டது.

யோகம் கைவரப் பெற்றவராதலின் பிரமரந்திரத்தின் வழியே கருத்தைச் செலுத்திக் கபால நடுவின்வழியே உயிர் இந்தச் சடலத்தை விட்டுப் பிரியும் வண்ணம் செய்து, திருக்கைலையை அடைந்தார். இறைவனுடைய பக்தியைக் காட்டிலும் அடியாரிடம் உள்ள பக்தி எய்தற்கரிய சித்திகளைப் பெறும்படி செய்யும் என்பதற்குப் பெருமிழலைக் குறும்ப நாயனார் வாழ்க்கை சிறந்த சான்றாகும்.

சித்திகள் கைவரப்பெற்றாலும் அவற்றால் தருக்குற்று உலகினரை மயக்கித் திரியாமல், இறைவனது பஞ்சாட்சரத்தையும் சுந்தரரது திருத்தாளையும் போற்றி வாழ்ந்தது அவருடைய பெருமையைக் காட்டும்.

----

24. காரைக்கால் அம்மையார்

வணிகர் குலத்தினர் பெருகி வளம் பெறும் கடற்கரைப் பட்டினம் காரைக்கால். அங்கே பெரிய வணிகர் தனதத்தர். அவருக்குப் பெண்ணாகப் பிறந்தவர் புனிதவதியார். இளம் பருவத்திலேயே சிவ பெருமானிடம் ஆழ்ந்த அன்புடையவரானார் அப் பெருமாட்டியார். விளையாடும் பொழுதுகூடச் சிவபெருமானைப் பற்றிய பாடல்களைப் பாடி விளையாடுவார்.

புனிதவதியார் திருமணப் பருவத்தை அடைந்தார். நாக பட்டினத்தில் இருந்த பரமதத்தன் என்ற வணிககுலக் குமரன் அவரை மணம் செய்துகொண்டான். புனிதவதியார் அந்தக் குடும்பத்திற்கு ஒரே பெண்ணாதலின் அவரைப் பிரிந்திருக்க அவருடைய தாய் தந்தையர் விரும்பவில்லை. அதனால் தம்முடைய மருமகனைக் காரைக்காலிலே இருந்துவிடும்படி வேண்டினர். பரமதத்தன் அவர்கள் விரும்பியபடியே அவ்வூரில் தங்கி அவர்களுடைய சொந்தப் பிள்ளையைப்போல வியாபாரம் முதலியவற்றைக் கவனித்து வரத் தலைப்பட்டான்.

இல்வாழ்வில் புகுந்த புனிதவதியார் சிவபெருமானிடம் ஆராத அன்புடையவராக இருந்ததோடு இல்வாழ்க்கைக்குரிய கடமைகளையும் குறைவற நிறைவேற்றினார். யாரேனும் சிவனடியார் வந்தால் அவருக்கு உணவளித்து ஆடை அணிகளும் பிற பண்டங்களும் அளித்து வழிபடுவார்.

அவர்களுடைய இல்வாழ்க்கை இனிதே நடந்து கொண்டிருந்தபோது ஒரு நாள் பரமதத்தனிடம் அன்புள்ளவர் ஒருவர் இரண்டு மாங்கனிகளைக் கடையில் இருந்த அவனிடம் கொண்டு வந்து கொடுத்தார். அவற்றை வாங்கித் தன் வீட்டுக்கு அனுப்பி வைத்தான் அவன். அந்த இரண்டு கனிகளையும் புனிதவதியார் வாங்கி வைத்துக் கொண்டார்.

அப்போது ஒரு சிவனடியார் மிகவும் பசியுடன் அங்கே வந்து சேர்ந்தார். மிக்க வாட்டத்துடன் இருக்கும் அவர் பசியை உடனே ஆற்ற வேண்டும் என்று எண்ணினார் புனிதவதியார். ஆனால் அப்போது அன்னம் மாத்திரம் சித்தமாக இருந்தது; கறியமுது ஆகவில்லை. இருப்பினும் அடியவருடைய

பசியை அறிந்து உடனே இலையைப் போட்டு உணவு பரிமாறத் தொடங்கினார். தம் கணவன் அனுப்பியிருந்த மாம்பழங்களில் ஒன்றை வெஞ்சனமாக இட்டார். அடியார் வயிறார உண்டு அம்மையாரை வாழ்த்திவிட்டுச் சென்றார்.

நண்பகலில் வழக்கம்போல் கடையிலிருந்து பரமதத்தன் வீட்டுக்கு வந்தான். நீராடி விட்டு உண்ண உட்கார்ந்தான். இலையில் எல்லாம் படைத்து விட்டு அவன் அனுப்பிய மாம்பழங்களில் எஞ்சி யிருந்த ஒன்றை இட்டார் புனிதவதியார். அந்தக் கனியை உண்ட வணிகன் அது மிகவும் சுவையுள்ளதாக இருப்பதை அறிந்து, "எங்கே, மற்றொரு பழம் இருக்கிறதே; அதையும் கொண்டு வந்து வை" என்றான்.

அம்மையார் அதை எடுத்து வருவதற்காகச் செல்பவரைப்போல உள்ளே போனார். உள்ளே பழம் ஏது? 'இவர் ஆசைப்பட்டுக் கேட்கிறாரே! நான் என் செய்வேன்?' என்று அப்போது புனிதவதியாருடைய உள்ளம் தத்தளித்தது. அவருடைய நிலைகண்டு இரங்கினான் சிவபெருமான். அவனருளால் ஒரு மாங்கனி அம்மையாருடைய கையில் வந்திருந்தது. 'இறைவன் திருவருள் இருந்தபடி என்ன ஆச்சரியம்!' என்று எண்ணிய அம்மையார் அதைக் கொண்டு போய்த் தம் கணவனுடைய இலையில் பரிமாறினார்.

அதைப் பரமதத்தன் உண்டான். அது எங்கும் காணாத இனிய சுவையை உடையதாக இருந்தது. அது வரையில் அவன் உண்ட மாம்பழங்களுக்கு இல்லாத தனிச் சுவையை அதில் கண்டான். "முன்னால் நான் உண்ட பழத்தைப் போல இது இல்லையே! இது ஏதோ உயர்ந்த ராசி போல இருக்கிறதே! இதை யார் கொடுத்தார்கள்?" என்று கேட்டான்.

இறைவன் அருளால் கிடைத்தது என்று சொல்ல அம்மையார் விரும்பவில்லை. அந்த அற்புதம் இரகசியமாகவே இருக்கட்டும் என்பது அவர் எண்ணம். ஆனால் கணவன் கேட்டதற்கு உண்மையைச் சொல்வதுதான் கற்பு நெறிக்கு அழகு என்றும் ஓர்ந்தார். சிறிது நேரம் அவர் தடுமாறினார். பிறகு நடந்ததை நடந்தபடியே சொல்வதுதான் தக்கதென்று முடிவு செய்து, எல்லாவற்றையும் பரம தத்தனிடம் உரைத்தார்.

'இறைவன் அருளால் மாம்பழம் கிடைப்பதாவது! உலகத்தில் நடக்கிற காரியமா இது?' என்று அவன் மயங்கினான். பிறகு, “அப்படி யானால் அவனருளால் மற்றொரு பழத்தை வருவித்து இலையில் இடு" என்றான்.

அம்மையார் என்செய்வார்! உள்ளே சென்று, "இறைவனே, இவருடைய விருப்பத்தை இப்போது நிறைவேற்றாவிட்டால் நான் சொன்னது பொய்யாகிவிடுமே!" என்று மனம் நைந்து வேண்டினார். இப்போதும் இறைவன் அருளால் அவர் கையில் மாங்கனி ஒன்று வந்தது. அதைக் கொணர்ந்து தம் கணவன் கையில் தந்தார். பரமதத்தன் மிக்க வியப்பை அடைந்து அதை வாங்கிக்கொண்டான். ஆனால் அது உடனே கையிலிருந்து மறைந்தது. கைக்கு எட்டியது வாய்க்கு எட்டாமல் போகவே, அம்மையார் தெய்விகம் நிரம்பியவர் என்ற உண்மை அவனுக்குப் புலனாயிற்று. 'இவள் மற்றப் பெண்களைப் போன்றவள் அல்ல; தொழுவதற்குஉரியவள்' என்ற மதிப்பும், அவ ரோடு வாழ்வதற்குப் பயமும், இன்ன செய்வதென்று தெரியாத தடு மாற்றமும் உண்டாயின. 'இனி இவளோடு வாழ இயலாது' என்று தீர்மானித்துக்கொண்டான். அதுமுதல் அதிக நெருக்கமின்றி வாழலானான்.

எப்படியும் அவ்விடத்தை விட்டு நீங்கவேண்டும் என்று முடிவு செய்தானாதலால் அதற்கு என்ன வழி யென்று ஆராய்ந்தான். "இங்கே இருந்து வியாபாரம் செய்வதோடு, கடல் கடந்து சென்று வாணிகம் செய்ய விரும்புகிறேன். அதில் அதிக ஊதியம் உண்டு" என்று தன் உறவினர்களிடம் சொல்ல, அவர்கள் அவன் கூறுவது சரியென்று இணங்கினர். அவனுக்காக ஒரு கப்பலைக் கட்டித் தந்தனர். அதில் அவன் ஏறிக் கடல் கடந்து சென்று வேற்று நாட்டை அடைந்து அங்கே வாணிகம் செய்து செல்வம் சேர்த்தான். பின்பு மீட்டும் தாய்நாடு வர எண்ணிய அவன், காரைக்காலுக்குப் போகாமல் பாண்டிநாட்டில் ஒரு கடற்கரைப் பட்டினம் சென்று அங்கேயே தங்கி வாழலானான். அங்கே கப்பல் வியாபாரம் செய்யும் வணிகன் ஒருவனுடைய பெண்ணை மணந்துகொண்டு வாழ்ந்து வந்தான். தனக்கு முன்பே திருமணம் ஆயிற் றென்பதையும், அந்த மனைவி இன்னாள் என்பதையும் யாருக்கும் தெரிவிக்காமலே இருந்தான். அவனுக்கு இரண்டாம் மனைவியிடம் ஒரு

பெண் பிறந்தது. அவளுக்குப் புனிதவதி என்ற பெயரையே இட்டு அன்புடன் வளர்த்து வந்தான்.

காரைக்காலில் இருந்த புனிதவதியார் தம் கணவனுடைய போக்கை உணரவில்லை. தம் இல்லத்தில் இருந்து அறங்கள் பிறழாமல் ஆற்றி வந்தார். நாளடைவில் பரமதத்தன் பாண்டி நாட்டில் ஒரு நகரத்தில் வாழ்கிறான் என்ற செய்தி உறவினர்களுக்குத் தெரிய, அவர்கள் புனிதவதியாரிடம் தெரிவித்தார்கள். தக்கவர்களை அனுப்பி அவனுடைய நிலையைத் தெரிந்துகொண்டு வரச் செய்தார்கள். அவன் வேறு மணம் செய்துகொண்டு வாழ்வதை அறிந்தபோது அவர்களுக்குக் கலக்கம் உண்டாயிற்று. 'அவன் இருக்குமிடத்தில் இவளைக் கொண்டுபோய் விடுவதே நம் கடமை' என்று எண்ணிய உறவினர், புனிதவதியாரை ஒரு சிவிகையில் ஏற்றி ஆண்களும் பெண்களும் சூழப் பரமதத்தன் இருந்த ஊருக்குச் சென்றார்கள்.

அங்கே சென்று தாம் வந்த செய்தியை ஆள் மூலம் பரமதத்தனுக்குச் சொல்லியனுப்பினர். அவன் அஞ்சித் தம் இரண்டாம் மனைவியோடும் குழந்தையோடும் சென்று எதிர்கொள்ள எண்ணிப் புறப்பட்டான். புனிதவதியார் இருந்த இடம் போய்த் தன் இரண்டாம் மனைவியையும் குழந்தையையும் வணங்கச் செய்து, தானும் அவருடைய அடியில் வீழ்ந்தான். பணிந்து எழுந்து, "யான் உம்முடைய அருளால் இங்கே இனிமையாக வாழ்க்கை நடத்துகிறேன். இந்தக் குழந்தைக்கு உம்முடைய திருநாமத்தையே வைத்திருக்கிறேன்'' என்று பணிவுடன் கூறி மீட்டும் வணங்கினான்.

அப்போது புனிதவதியார் அஞ்சி ஒருபுறமாக ஒதுங்கி நிற்கச் சுற்றத்தினர் "உன் மனைவியை நீ வணங்குகிறாயே! இது முறை யாகுமா?'' என்று கேட்டனர்.

அப்போது அவன், இவரை 'மற்றப் பெண்களைப் போல மானிடப் பெண் என்று நினைக்காதீர்கள். இவர் தெய்வப் பிறவி. இதனை உணர்ந்த பிறகே இவரை மனைவியாகக் கொண்டு வாழ்தல் அபசாரம் என்று இவரை விட்டுப் போனேன். இவரிடம் உள்ள பக்தியினால் இதோ இந்தக்

குழந்தைக்கு இவருடைய பேரையே வைத்தேன். இவர் தெய்வத்தன்மை உடையவர் என்பதை அறிந்தவ னாதலால் வணங்கினேன். நீங்களும் இவரை வணங்குங்கள்" என்று சொன்னான். அதைக் கேட்ட உறவினர் ஒன்றும் அறியாமல் மயங்கி நின்றனர்.

புனிதவதியார் பரமதத்தனுடைய கருத்தை உணர்ந்து கொண்டார். 'இவர் எண்ணிய எண்ணம் இதுவானால் இந்த உடம்பைத் தாங்குவதனால் என்ன பயன்? இவருக்காக அமைந்த இந்த உடம்பு இனி எனக்கு வேண்டாம். சிவபெருமானே, இனி நின் தாள்களைப் போற்றும் பணியையன்றிப் பிறிதொரு பணி எனக்கு இல்லை. ஆதலின் அடியாளுக்குப் பேய்வடிவை அருள் செய்யவேண்டும்" என்று இறைவனைத் துதித்து நின்றார். அவர் வேண்டுகோளின்படி, கண்டார் விரும்பும் கனியை முன்பு அருள் செய்த அப்பன், இப்போதும் அவர் விருப்பத்தின்படியே, கண்டார் அஞ்சி ஒதுங்கும் பேய் வடிவத்தைத் தந்தருளினான். புனிதவதியாருடைய உடம்பில் இருந்த தசைகள் மறைந்தன. எலும்பு உருவம் பூண்ட பேயாக அவர் நின்றார். தேவர்களும் போற்றும் பேயாக உருவெடுத்ததைக் கண்ட உறவினரும் பரமதத்தனும் வணங்கி, அஞ்சித் தத்தம் இடங்களை அடைந்தார்கள்.

புதிய உடம்பு பெற்ற அம்மையார், இறைவனைப் போற்றி, அற்புதத் திருவந்தாதி, திருவிரட்டைமணிமாலை என்ற இரண்டையும் பாடினார். பின்பு கைலைமலை சென்று உமாதேவியாருடன் எழுந்தருளியிருக்கும் பரமசிவனைத் தரிசிக்கவேண்டும் என்ற ஆசை உந்த, வடதிசை நோக்கிப் புறப்பட்டார். அவருடைய உருவத்தைக் கண்டவர்களெல்லாம் அஞ்சினார்கள். "பேய், பேய்!" என்று கூவி ஓடினார்கள். "எம்பெருமானுக்கு என்னை அடையாளம் தெரிந்தால் போதும். மற்றவர்களுக்கு நான் எப்படி இருந்தால் என்ன?" என்று எண்ணி அவர் கைலையை நோக்கிப் போய்க்கொண்டிருந்தார். தமிழ் நாட்டைக் கடந்து, அப்பால் வடநாட்டையும் கடந்து கைலை மலையின் பக்கம் அணுகினார். அங்கே தம் காலால் நடப்பதை விட்டு விட்டுத் தலையினால் நடக்கத் தொடங்கினார்.

கைலைமால் வரையில் என்புருவம் படைத்த காரைக்காலம்மையார் தலையினால் நடந்து ஏறுவதை மேலே எம்பெருமானுடன் வீற்றிருந்த உமாதேவியார் கண்டார். உடனே சிவபிரானை நோக்கி, "இதோ இந்த என்புருவம் படைத்த உடம்பு தலையாலே நடந்து ஏறுகிறதே! இதற்கு உள்ள அன்புதான் என்னே!" என்று வியந்தார்.

அப்போது பெருமான் உமாதேவியாரிடம், "இங்கே வரும் பெண்மணி நம்முடைய அம்மை. இந்த என்புருவத்தை வேண்டு மென்று பிரார்த்தித்துப் பெற்றுக்கொண்டாள்" என்றான். அவன் அருகில் காரைக்கால்பேயார் அணுகவும், "அம்மா!" என்று அழைத் தருளினான் எம்பெருமான்.

தனக்கு அம்மையே இல்லாதவனும், தானே எவ்வுயிர்க்கும் அம்மையாக இருப்பவனுமாகிய சிவபெருமான், "அம்மா!" என்று அருளியதைக் கேட்ட பேயார், "அப்பா!" என்று கூவியபடியே ஆர்வத்தோடு சென்று அவனுடைய திருவடித் தாமரையில் வீழ்ந் தார். வீழ்ந்து எழுந்த அவரை நோக்கி, "இப்போது உனக்கு என்ன வேண்டும்?" என்று எம்பெருமான் கேட்கவே, மனம் உருகி அவர் சொல்லலானார்; " இறைவனே, என்றும் இறவாத இன்ப அன்பு எனக்கு வேண்டும். இனி மீண்டும் இவ்வுலகில் பிறவாமல் இருக்கும்படி அருள் பாலிக்க வேண்டும். ஒருகால் பிறக்கும்படி நேர்ந்தாலும் உன்னை மறவாமல் இருக்கவேண்டும். அதோடு உன் புகழையே பாடி உன் திருவடிக்கீழ் என்றும் உறையும்படி திருவருள் புரியவேண்டும்" என்று வணங்கி விண்ணப்பம் செய்து கொண்டார்.

றைவன் அவ்வாறே அருளியதோடு, "தென்னாட்டில் பழைய னூரைச் சார்ந்த திருவாலங்காட்டில் நாம் ஊர்த்துவ தாண்டவம் செய்கின்றோம். அந்தத் தாண்டவத்தைக் கண்டு இன்புற்று அங்கே இருந்துகொண்டு நம்மைப் பாடுவாயாக!' என்று திருவாய் மலர்ந் தருளினான்.

அதனைக் கேட்டு அம்மையார் இறைவன் திருவருளை எண்ணி உருகி, அவனை வணங்கி விடைகொண்ட பிறகு திருவாலங்காட்டை நோக்கிப் புறப்பட்டார். தலையாலே நடந்து வந்து அந்த நற்பதியை நண்ணினார்.

அங்கே அண்டமுற நிமிர்ந்தாடும் அப்பனுடைய ஆடலைக் கண் குளிரத் தரிசித்து இரண்டு திருப்பதிகங்கள் பாடினார். பேய்கள் சூழ எம்பெருமான் ஆடுந் திறத்தை அவற்றில் விரித்துரைத்தார். பேய்களின் இயல்பையும் எடுத்துச் சொன்னார். அந்தத் தாண்டவ மூர்த்தியின் திருவடிக் கீழ் என்றும் உறையும் பேறு பெற்றார்.

"மடுத்தபுனல் வேணியினார் அம்மைஎன மதுரமொழி
கொடுத்தருளப் பெற்றாரைக் குலவியதாண் டவத்தில்அவர்
எடுத்தருளும் சேவடிக்கீழ் என்றும்இருக் கின்றாரை
அடுத்தபெருஞ் சீர்பரவல் ஆரளவா யினதம்மா!'

என்று சேக்கிழார் பாடுகிறார். அளப்பதற்கரிய பெருமை உடையவர் காரைக்காலம்மையார் என்பதில் ஐயம் ஏது?

----

25. அப்பூதி யடிகள் நாயனார்

சோழ நாட்டில் திருவையாற்றுக்கருகில் திங்களூர் என்ற ஊர் இருக்கிறது. அங்கே அப்பூதி என்ற பெயருடைய அந்தணர் ஒருவர் வாழ்ந்து வந்தார். சிறந்த ஒழுக்கமும் விரத சீலமும் உடையவர் அவர். களவு முதலிய தீய குணங்களில் யாதும் இல்லாதவர். இல்லற வாழ்க்கையை மேற்கொண்டு ஒழுகினார்.

அவருக்குத் திருநாவுக்கரசரிடம் அளவற்ற பக்தி இருந்தது. அப்பர் சுவாமிகளை நேரே கண்டறியா விட்டாலும், அவர் புறச்சமயத்திற்குச் சென்று இறைவனால் தடுத்தாட் கொள்ளப் பெற்றதும், அரசன் செய்த தீங்கினின்றும் விடுபட்டுச் சிவபிரான் அருளே துணையாக நின்று உய்ந்ததும் முதலிய வரலாறுகளைக் கேட்டறிந்து அவரிடம் பேரன்புடையவராக இருந்தார். தம் வீட்டிலுள்ள குழந்தைகளுக் கெல்லாம் மூத்த திருநாவுக்கரசு, நடுத் திருநாவுக்கரசு, இளைய திருநாவுக்கரசு என்று பெயர் வைத்தார். பசுவுக்கும் எருமைக்கும், படி முதலிய அளவு கருவிகளுக்கும் அந்தப் பெயரையே வைத்தார்.

அப்பூதியந்தணர் செல்வமுடையவராதலின் மடம், தண்ணீர்ப் பந்தல், வாவி முதலிய தர்மங்கள் பலவற்றைச் செய்தார். எல்லா வற்றுக்கும் திருநாவுக்கரசர் திருநாமத்தையே வைத்தார். தண்ணீர்ப் பந்தலுக்குத் திருநாவுக்கரசர் தண்ணீர்ப் பந்தல் என்றும், திருக்குளத்துக்குத் திருநாவுக்கரசர் திருக்குளமென்றும், இப்படியே மற்றவைகளுக்கும் பெயரிட்டுப் பக்தியோடு வழங்கி வந்தார்.

திருநாவுக்கரசர் பல தலங்களை வழிபட்டுக் கொண்டு திருப்பழனத்துக்கு வந்து இறைவனைத் தரிசித்துவிட்டு, அருகிலுள்ள வேறு தலங்களையும் தரிசிக்கப் புறப்பட்டார். வரும் வழியில் திங்களூரைக் கண்டார். அங்கே எப்போதும் மக்கள் போய்க் கொண்டிருக்கும் சாலையில் ஒரு தண்ணீர்ப் பந்தல் மிக்க குளிர்ச்சி நிலவுவதாக இருப்பதைக் கண்டார். அதில் எங்கே பார்த்தாலும் திருநாவுக்கரசர் என்ற பெயர் எழுதியிருப்பதைக் கண்டு வியப்படைந்தார். பின்பு, "இந்தப் பந்தலுக்கு இந்தப் பெயர் இட்டவர் யார்?" என்று அருகில் இருந்தவர்களைக் கேட்டார்.

அவர்கள், "இவ்வூரில் உள்ள அப்பூதியடிகளே அப் பெயர் வைத்திருக்கிறார். இதற்கு மட்டும் அன்று. குளம், சோலை முதலிய பலவற்றிற்கும் அந்தப் பெயரை வைத்திருக்கிறார்" என்றார்கள்.

அதைக் கேட்ட அப்பருக்குப் பின்னும் வியப்பு மிகுதியாயிற்று. 'என்ன கருத்தால் இப்படிச் செய்திருக்கிறார்?' என்று சிந்தித்தும் புலனாகவில்லை.

"அப்பூதியடிகள் என்பவர் எவ்விடத்தில் உள்ளவர்?" என்று அவர் கேட்டார். "அந்த வேதியர் இவ்வூர்க்காரர்தாம். இத்தனை நேரம் இங்கே இருந்தார். இப்போதுதான் தம் வீட்டுக்குச் சென்றார். அந்த வீடும் அருகிலே இருக்கிறது" என்று அங்கே இருந்தவர்கள் சொன்னார்கள்.

உடனே நாவுக்கரசர் அப்பூதியடிகளின் வீட்டை நாடிச் சென்று வாயிலை அணுகும் போதே, வீட்டுக்குள் இருந்த அந்தணர், யாரோ சிவனடியார் வந்திருக்கிறார் என்பதைக் கேட்டுப் புறத்தே வந்தார். வந்து அப்பருடைய அடியைப் பணிய அவரும் அப்பூதியைப் பணிந்தார். "தாங்கள் என் இல்லத்துக்கு எழுந்தருளியதற்கு நான் என்ன தவம் செய்தேனோ! எளியேனால் ஆகும் காரியம் ஏதேனும் உண்டோ?" என்று பணிவுடன் அப்பரை அவர் கேட்டார்.

"நான் திருப்பழனத்தில் எழுந்தருளியிருக்கும் சிவபெருமானை வழிப்பட்டுவிட்டு வருகிறேன். வழியில் நீங்கள் வைத்திருக்கும் தண்ணீர்ப் பந்தலைக் கண்டேன். வேறு பல தர்மங்களும் நீங்கள் செய்வதை அறிந்து உங்களைப் பார்க்க வந்தேன். ஒரு சந்தேகம்" என்றார்.

"என்ன?" என்று அப்பூதியடிகள் கேட்டார்.

"சிவனடியார்களுக்குப் பயன்படும்படி நீங்கள் வைத்திருக்கும் தண்ணீர்ப் பந்தலில் உங்கள் பெயரை எழுதாமல் வேறு யார் பெயரையோ எழுதியிருக்கிறீர்களே; என்ன காரணம்?' என்றார்.

இதைச் செவியுற்ற அப்பூதியடிகளுக்குக் கோபம் உண்டாயிற்று. அப்பர் சுவாமிகளுடைய பெருமையை அறியாமல் இவர் பேசுகிறாரே என்ற நினைவுதான் காரணம்.

"நீங்கள் சொல்லுவது நன்றாக இல்லையே! சமணர் பேச்சைக் கேட்டு இன்னல் செய்த மன்னவனுடைய சூழ்ச்சியைத் திருத் தாண்டு வலிமையால் வென்ற பெரியாருடைய திருநாமத்தையா வேறு யார் பேரோ என்று சொல்கிறீர்? இறைவன் திருவடித் தொண்டு புரிந்தால் மறுமையிலே இன்பப் பேறு பெறுவது மாத்திரம் அன்று; இம்மையிலும் தீங்கு நீங்கி நலம்பெற்று உய்யலாம் என்பதை என்போல்வாரும் தெளியும்படி அருட்செயல் புரிந்த திருநாவுக்கரசருடைய திருப்பெயரை இங்கே எழுதியிருக்க, நீங்கள் வெய்ய வார்த்தை சொன்னீர்களே! கல்லைக் கட்டிக் கடலில் போட்டபோது அந்தக் கல்லே தெப்பமாகக் கரையேறிய அந்தப் பெருமானுடைய பெருமையை உலகத்தில் அறியாதவர்களும் உண்டா? சிவ வேடப் பொலிவுடன் இருக்கும் நீங்கள் இப்படிப் பேசுவது வியப்பாக இருக் கிறதே! நீங்கள் எங்கே இருப்பவர்கள்? நீங்கள் யார்?" என்று பட படப்புடன் கேட்டார்.

அப்பர் சுவாமிகளுக்கு அடிகளின் உள்ளக் குறிப்பும் அவருக்குள்ள பக்தியும் புலனாயின. "வேறு துறையினின்றும் மீண்டு வருவதற்காக இறைவன் அருளிய சூலை நோயால் ஆட்கொள்ளப் பெற்று, மீட்டும் அவனை அடைந்து உய்ந்த அறிவிலாச் சிறியேன் அடியேன்" என்று பணிவாகச் சொன்னார்.

அதைக் கேட்டதுதான் தாமதம்; அப்பூதியடிகள் மெய்ம் மறந்தார். அவர் கைகள் தாமே தலைமேல் குவிந்தன. கண்ணில் அருவி பொழியத் தொடங்கியது. உரை குழறியது. உடம்பெல்லாம் புளகம் போர்த்தது. தரையில் வீழ்ந்து அப்பருடைய திருவடியைப் பற்றிக் கொண்டார்.

அப்பரும் அப்பூதியடிகளை வணங்கிக் கையால் எடுத்து விட, அடிகள் ஆனந்தக் கடலில் மூழ்கிக் கூத்தாடினார்; ஓடினார்; பாடினார். இன்னதுதான்

செய்வதென்று தெரிய வில்லை. வீட்டுக்குள் போய்த் தம் மனைவி மக்கள் எல்வோரையும் அழைத்துக்கொண்டு வந்து அவர் காலில் விழச் செய்தார்.

பின்பு அப்பரை வீட்டுக்குள் அழைத்துச் சென்று திருவடியை நீரால் விளக்கி அந்நீரைத் தெளித்துக்கொண்டு உண்டார். பிறகு ஆசனத்தில் அமரச் செய்து திருநீறு ஏந்தி, "இங்கே அமுது செய்தருள வேண்டும்" என்று விண்ணப்பம் செய்ய, அவரும் அதற்கு
உடன்பட்டார்.

"என்ன பேறு பெற்றோம்!" என்ற பேருவகையுடன் அப்பூதியார் தம்முடைய மனைவியாரிடம் கூறி இனிய விருந்துணவு சமைக்கச் சொன்னார். அப் பெருமாட்டியாரும் பேரன்புடன் அறுசுவை உணவு சமைக்கத் தொடங்கினார். எல்லாம் சமைத்து முடியவே, அமுது படைக்கத் தோட்டத்துக்குச் சென்று வாழை இலை அரிந்துகொண்டு வரும்படி தம்முடைய முதல் மகனாகிய மூத்த திருநாவுக்காசை அனுப்பினார்.

அவன் மிக்க விரைவில் சென்று பெரிய வாழை மரம் ஒன்றில் உள்ள குருத்தை அரியும்போது அங்கே இருந்த பாம்பு அவன் கையைக் கடித்துவிட்டது. கையைச் சுற்றிக்கொண்ட பாம்பை உதறிவிட்டு மிக்க பதைப்புடன், "இந்த நஞ்சுவேகம் ஏறுவதற்குமுன் நான் இக் குருத்தைக் கொண்டு போய்ச் சேர்க்க வேண்டும்" என்று எண்ணி ஓடிவந்தான். நிகழ்ந்ததை யாருக்கும் சொல்லாமல் இதைக் கொடுத்துவிடலாம் என்று எண்ணி ஓடும்போது, நஞ்சு மெல்ல மெல்ல அவன் தலைக்கு ஏறியது. வீட்டை அடைவதற்குள் அவன் உடம்பு நீலம் பாரித்துவிட்டது. வீட்டுக்கு எப்படியோ சென்று தாயார் கையில் வாழைக் குருத்தை அளித்து அப்படியே விழுந்து உயிர் நீத்தான்.

அதைக் கண்ட தாயாரும் தந்தையாரும் உள்ளம் பதைத்து உற்று நோக்கும்போது, உடம்பிலுள்ள குறிகளைக் கொண்டு, பாம்பு விஷத்தால் இறந்தான் என்று தெரிந்து கொண்டனர். அதனால் துயரம் அடையாமல், 'கிடைத்தற்கரிய பெரும் பேறாக இங்கே வரப்பெற்ற அப்பருக்கு அமுது செய்விக்கக் காலம் தாழ்க்கிறதே!' என்று வருந்தித் தம் மகன் உடலை ஒரு பாயில் சுருட்டி ஒரு மூலையில் மறைத்து வைத்து அப்பரிடம் வந்தார்கள்.

"அமுது செய்தருள வேண்டும்'' என்று பணிவுடன் சொல்லி அவரை அழைத்துச்சென்று திருவடி விளக்கி ஆசனத்தில் இருத்தினார்கள். அப்பர் அவ்வாசனத்தில் இருந்து வெண்ணீறு அணிந்து அப்பூதியடிகளுக்கும் அவர் மனைவியாருக்கும் புதல்வர்களுக்கும் நீறு அளித்தார். அப்போது, "உங்கள் மூத்த பிள்ளை எங்கே? அவனையும் அழையுங்கள். திருநீறு அளிக்க'' என்றார்.

அப்பூதியடிகள் சற்றே உள்ளம் கலங்கி என் செய்வதென்று விழித்தாலும் உடனே தேறி, "அவன் இப்போது இங்கு உதவான்" என்றார்.

அதைக் கேட்ட அப்பருக்கு, ஏதோ உள்ளத்தில் ஒரு தடுமாற்றம் உண்டாயிற்று. "நீங்கள் சொல்வது எனக்கு விளங்க வில்லை. என் மனத்துக்கும் சமாதானம் உண்டாகவில்லை. உண்மை என்ன? சொல்லுங்கள்" என்று அவர் கேட்டார்.

'இப் பெரியார் அமுது செய்ய இயலாதவாறு தடை வந்து விட்டதே!' என்று வருந்தினாலும் உண்மையை உரைக்காமல் இருக்கக் கூடாது என்று எண்ணி நிகழ்ந்ததை அப்பூதியடிகள் சொன்னார். அதுகேட்ட நாவுக்கரசர், "ஆ! நீங்கள் என்ன காரியம் செய்தீர்கள்! தமக்குற்ற துயரையும் மறந்து இப்படிச் செய்வார் யார் இருக்கிறார்கள்?" என்று வியந்தபடியே எழுந்து சென்று, அவர்களுடைய திருமகன் சடலத்தை அணுகி வெளியே எடுத்து வரச் செய்தார். உடனே இறைவனை நினைந்து, "ஒன்று கொலாம்" என்ற திருப்பதிகத்தைப் பாடியருளினார். பதிகம் நிறைவேறியவுடன் மூத்த திருநாவுக்கரசு துயிலினின்றும் எழுபவனைப் போல விஷம் தெளிந்து எழுந்தான். எழுந்து, அப்பரை வணங்க, அவர் புனித நீறு அளித்தார்.

இந்த அற்புதத்தைக் கண்டு அப்பர் சுவாமிகளின் பெருமையையும். தொண்டு நெறியின் சிறப்பையும் யாவரும் நினைந்து பாராட்ட, அப்பூதியடிகளும் அவர் மனைவியாரும், "அறிய முடியாத பெருமையை உடைய இப் பெரியார் திரு அமுது செய்யச் சிறிது தாமதம் உண்டாகச் செய்தான் இவன்" என்று சிறிதே மனம் நொந்தனர். அது கண்ட திருநாவுக்கரசர் உடனே உள்ளே சென்று அமுது செய்தருளினார். தங்கள் மனம் குளிர அடிகளும் மனைவியாரும் உபசாரம் செய்தார்கள்.

அங்கே சில காலம் அப்பர் தங்கிப் பின்பு திருப்பழனம் என்னும் தலத்துக்குத் திரும்பினார். அவருடைய உள்ளத்தில் அப்பூதியடிகளுடைய அன்பு ஆழமாகப் பதிந்து விட்டது. அதனால் அத் தலத்தில் வழிபட்டுத் திருப்பதிகம் பாடுகையில், இறுதிப் பாசுரத்தில், "அஞ்சிப் போய்க் கலி மெலிய அழலோம்பும் அப்பூதி, குஞ்சிப்பூ வாய்நின்ற சேவடியாய்" என்று அப்பூதியடிகளைச் சிறப்பித்தார்.

திருநாவுக்கரசர் தம் வீட்டுக்கு எழுந்தருளியதைப் பெரும் பேறாகப் போற்றி உவகைக் கடலுள் ஆழ்ந்த அப்பூதியடிகள், தம்முடைய அறச் செயல்களில் வழுவாமல் அப்பரைப் போற்றி நெடுங்காலம் வாழ்ந்தார்.

இறைவனுடைய அடியாராகிய அப்பர் அறுபத்து மூன்று நாயன்மார்களில் ஒருவரே. அப்பூதியடிகளுக்கு அப்பர் குருவும் தெய்வமுமாக விளங்கினார். நமக்கு இருவரும் நாயன்மார்களாக விளங்குகிறார்கள். அரன் அன்பருக்கும், அடியார் அன்பருக்கும் வேறுபாடு இல்லை என்ற உண்மை இதனால் புலனாகிறது.

----

26. திருநீல நக்க நாயனார்

சோழ நாட்டில் காவிரிக் கரையில் ஒளிர்வது சாத்த மங்கை என்னும் ஊர். அங்கே மறையொழுக்கம் வழுவாத அந்தணாளர் பலர் வாழ்ந்து வந்தனர். அவருக்குள் நீல நக்கர் என்பவர் ஒருவர். அவர் சிவனடியாரிற் சிறந்தவர். சிவபிரானைப் பணிந்து வழிபடுவதும் சிவனடியார் திருவடியை அருச்சித்து வாழ்வதுமே வேதம் விதித்த தலைமையான செயல்கள் என்று எண்ணி ஒழுகும் பண்புடையார். ஆகம விதிப்படி இறைவனை அருச்சித்துப் பூசை புரிந்து, பின்பு சிவனடியார்களுக்கு அமுது செய்வித்தும் வேறு பணிகள் புரிந்தும் வாழ்ந்து வந்தார்.

அத் திருப்பதியில் உள்ள ஆலயத்துக்கு அயவந்தி என்று பெயர். திருவாதிரைத் திருநாளன்று நீல நக்கர் தம் இல்லத்தில் சிவ பூசையை முடித்துக்கொண்டு ஆலயம் சென்று அங்குள்ள சிவபிரானையும் பூசை செய்ய எண்ணிப் புறப்பட்டார். பூசைக்கு வேண்டிய பொருள்களையெல்லாம் எடுத்துக்கொண்டு, தம் மனைவியையும் அழைத்துக்கொண்டு கோயிலுக்கு வந்து சேர்ந்தார். வந்து இறைவனைப் பூசை செய்யும்போது அவருடைய மனைவி வேண்டிய திரவியங்களை அவ்வப்போது எடுத்துக் கொடுத்து வந்தார். கணவர் செய்யும் பூசையில் தனக்கும் ஒரு பங்குண்டு என்று உணர்ந்த அப் பிராட்டி பேரன்புடன் அதனைச் செய்து வந்தாள். திருநீல நக்கர் அருச்சனையை விரிவாகச் செய்தார். பூசை யாவும் முறைப்படி நிறைவேறிய பிறகும் அவருக்கு மன நிறைவு உண்டாகவில்லை. இறைவனை வலம் வந்து வணங்கித் துதித்தார். பஞ்சாட்சர ஜபம் செய்யலானார்.

அப்போது மேலிருந்து ஒரு சிலந்தி சிவலிங்கப் பெருமான் மேல் விழுந்தது. சிலந்தி குழந்தையின்மேல் விழுந்தால் அவ்விடம் புண்ணாகிவிடும் என்று கருதித் தாய்மார்கள் விழுந்த இடத்தை ஊதி எச்சில் உமிழ்ந்து துடைப்பது வழக்கம். சிவலிங்கப்பெருமான் மீது சிலந்தி விழுந்ததும் நீல நக்கர் மனைவிக்கு அச்சம் உண்டாயிற்று. இது லிங்கத்தை என்ன செய்யும் என்று அவள் எண்ண வில்லை. அவளுடைய பாவனையில் எம்பெருமானே உருவத்துடன் எழுந்தருளி யிருப்பதாகவே கொண்டு வழிபட்டாள். ஆகவே சிலந்தி விழுந்தவுடனே தாயன்புடன்

விழுந்த இடத்தை ஊதி உமிழ்ந்தாள். அவள் உமிழ்வதைக் கண்ட நீல நக்கர். நடுங்கிக் கண்ணை மூடிப் பின், "அறிவில்லாதவளே, என்ன காரியம் செய்தாய்?' என்று கேட்க, ''சிலந்தி விழுந்தது; ஊதி உமிழ்ந்தேன்" என்று கூறினாள்.

அவளுடைய அன்பின் திறத்தை அறியாத நீல நக்கர், 'ஆசாரத் தோடு நாம் பூசை செய்ய, இவள் உசிதமற்றதும் அநாசாரமுமான காரியத்தைச் செய்தாள். இவளோடு வாழ்தல் தகாது' என்று எண்ணி, 'இறைவன் மீது சிலந்தி விழுந்ததென்றால் அதை வேறு வகையால் போக்குவதை விட்டு, உன் ஊற்றை வயால் ஊதி எச்சிலை யும் துப்பினாயே! சிவலிங்கப் பெருமானுக்கு அபசாரம் செய்த உன்னோடு இனி வாழமாட்டேன். இப்போதே உன்னைத் துறந்தேன்" என்று கூறினார்.

கதிரவன் மறைந்தான். தன் கணவர் கூறியதைக் கேட்டு வருத்தத்துடன் அந்தப் பெண்மணி ஒரு புறமாகப் போய்விட்டாள். நாயனார் இறைவனுடைய பூசையை முழுவதும் செய்துவிட்டுத் தம் வீடு சென்றார். அவர் மனைவியோ அச்சமும் வருத்தமும் நிரம்பிய உள்ளத்தோடு சிவாலயத்திலே இருந்துவிட்டாள்.

அன்று இரவு நீல நக்கர் படுக்கையில் படுத்துத் தூங்கியபோது அயவந்தியில் எழுந்தருளிய இறைவன் அவர் கனவிலே அழகிய திருமேனியோடு நின்று, இதோ என் உடம்பைப் பார்" என்று காட்டினான். அம்மேனியில் ஓரிடத்தைத் தவிர மற்ற இடமெல்லாம் கொப்புளங்கள் இருந்தன. இதைப் பார்த்தாயா? உன் மனைவி அன்பினால் ஊதின இடம் அன்றி மற்ற இடங்களி லெல்லாம் கொப்புளமாக இருப்பது தெரிகிறதா?" என்று கேட்டார். திடுக்கிட்ட நாயனார் விழித்துக் கொண்டார். அன்பின் நிலை இருந்த வண்ணத்தை எண்ணி எண்ணி உருகினார்; இறைவனைத் தொழுது ஆடினார்; பாடினார்; துடித்தார்; இறைவன் பெருங் கருணையை நினைந்து அழுதார்.

விடிந்தவுடன் அயவந்தி சென்று இறைவனை வணங்கிப் பின் தம் மனைவியைக் கண்டார். அவளை அழைத்துக்கொண்டு தம் வீடு வந்து

முன்போல் இல்லறம் நடத்தி வரலானார். சிவ பூசையும் அடியவர் பூசையும் குறைவற நடைபெற்று வந்தன.

அக் காலத்தில் சிவபெருமான் கோயில் கொண்டிருக்கும் திருப்பதிகளைத் தரிசித்துக்கொண்டு வந்த திருஞான சம்பந்தப் பெருமான் சாத்தமங்கைக்கும் அடியார் கூட்டத்தோடு ஒருநாள் வந்து சேர்ந்தார். அவருடன் திருநீலகண்ட யாழ்ப்பாண நாயனாரும் அவருடைய மனைவியாரும் வந்தார்கள்.

அவர்கள் வருவதை அறிந்த நீல நக்கர் ஊர் முழுவதும் தோரணம் நாட்டிப் பந்தல்கள் அமைத்துச் சுற்றத்தாருடன் எதிர் சென்று ஞானசம்பந்தப் பெருமானை வரவேற்றார். திருக்கூட்டத்தோடு அப் பெருமானையும் அழைத்துக்கொண்டு தம் வீட்டுக்கு வந்தார்.

தம்முடைய வீட்டில் சம்பந்தப் பெருமானுக்கு விருந்து அருத்தினார். இரவும் தம் மனையில் அப்பெருமான் தங்கும்படி ஏற்பாடு செய்தார். அப்போது சம்பந்தர், "நம்முடன் வந்திருக்கும் நீலகண்ட யாழ்ப்பாணர்க்கும் இன்று இங்கே தங்க ஓர் இடம் கொடுக்க வேண்டும்" என்றார். உடனே நீல நக்கர் சிறிதும் யோசனை செய்யாது தாம் வேள்வி செய்யும் குண்டத்துக்கு அருகில் அவர் துயில் வதற்கு இடம் அமைத்தார். சிவலிங்கப் பெருமான்மேல் உமிழ்ந்து அநாசாரமாக நடந்தாள் என்று அன்று முனிந்த அவர், இன்று சாதியில் தாழ்ந்தவரென்று கருதும் யாழ்ப்பாணருக்கு வேள்வி வேதி கைக் கருகில் துயில இடங்கொடுத்தார். அவர் மனம் இப்போது அன்புமயமாகி விட்டதன்றோ?

அப்போது அந்தக் குண்டத்தில் அறாமல் இருந்த அக்கினி வலம் சுழித்து மிக்க சிறப்புடன் ஒளிர்ந்தது. இவரினும் தூயர் யாவர்?' என்று மறையவர் பெருமான் மனம் மகிழ, யாழ்ப்பாணர் அன்றிரவு அங்கே துயின்றார்.

காலையில் சம்பந்தப் பிரான் எழுந்து நீராடி அயவந்தி எம் பெருமானைத் திருப்பதிகம் பாடிப் போற்றுகையில் திருநீல நக்கரை யும் சிறப்பித்தார்.

"பொடிதனைப் பூசும் மார்பில்

புரிநூல் ஒரு பாற்பொருந்தக்
கொடியன சாய லாளோடு
உடனாவதும் கூடுவதே!
கடிமணம் நல்கி நாளும்
கமழும்பொழில் சாத்தமங்கை
அடிகள் நக்கள் பரவ
அயவந்தி அமர்ந்தவனே!"

"மறையினார் மல்கு காழித்
தமிழ்ஞானசம் பந்தன் மன்னும்
நிறையினார் நில நக்கள்
நெடுமாநகர் என்று தொண்டர்
அறையும்ஊர் சாத்த மங்கை
அயவந்திமேல் ஆய்ந்த பத்தும்
முறைமையால் ஏத்த வல்லார்
இமையோரிலும் முந்துவரே'

என்னும் இரண்டு திருப்பாசுரங்களில் நீல நக்கருடைய புகழ் வருகிறது. தொண்டர்கள் அயவந்தியை நினைக்கும்பொழுதெல்லாம் அது நீல நக்கருடைய ஊர் என்று சொல்வார்களாம்.

நீல நக்கர் ஞானசம்பந்தப் பெருமானுடைய நட்பைப் பெற்று மகிழ்ந்து வாழ்கையில், இடையிடையே அப்பெருமான் தங்கி யிருக்கும் தலங்களுக்குச் சென்று சில நாள் உடனிருந்து வருவார். அவர்களிடையே நட்பு முதிர்ந்தது. சம்பந்தப் பெருமானுடைய திருமணம் நடைபெற்றபொழுது அவரும் சென்று அப்போது தோன்றிய சோதியூடே கலந்து சிவசாயுஜ்யம் பெற்றார்.

----

27. நமிநந்தி யடிகள் நாயனார்

சோழநாட்டில் அந்தணர்கள் வாழும் ஊர் ஏமப்பேரூர். அங்கே சிவபெருமானிடம் மாறாத பக்தியும் சிவகைங்கரியத்தில் இடை விடாத ஈடுபாடும் உடையவராக வாழ்ந்தார் நமிநந்தியடிகள். வேத நூற் பயிற்சியும், ஒழுக்கச் சிறப்பும், இரவும் பகலும் இறைவன் திருவடியே சிந்தித்து வாழும் இயல்பும் உடையவர் அவர்.

அவர் திருவாரூர் சென்று புற்றிடங்கொண்ட நாயகரைத் தொழுது வழிபட்டார். அவ்வாலயத்தில் உள்ள பல சந்நிதிகளுக்கும் சென்று வணங்கினார். திருவாரூர்த் திருக்கோயிலுக்குள் பல சந்நிதிகள் உண்டு. அவற்றில் திருவாரூர் அரனெறி என்பது ஒன்று. அங்கே பல விளக்குகள் ஏற்றி யாவரும் வந்து வழிபடும்படி செய்ய வேண்டும் என்ற எண்ணம் அவருக்கு உண்டாயிற்று.

அக் காலத்தில் திருவாரூரில் சமணர் மிகுதியாக இருந்தனர். கோயிலைச் சுற்றி அவர்களே குடியிருந்தார்கள். திருவிளக்கு ஏற்றும் திருத்தொண்டில் மனம் வைத்த நமிநந்தியடிகள் ஊரில் சில இல்லங்களில் நெய் வாங்கி அதனை நிறைவேற்றலாம் என்று எண்ணினார். பொழுது சாயும் தருணமாதலின் ஊருக்குள் நெடுந்தூரம் சென்று வாங்குவதற்கு நேரம் இராதென்று நினைந்து, அருகில் உள்ள ஒரு வீட்டுக்குள் சென்று, விளக்குக்கு எண்ணெய் வேண்டுமென்று கேட்டார். அந்த வீட்டில் இருந்தவர்கள் சமணர்கள். அவர்கள் ஒன்றும் கொடுக்காததோடு அவரைப் பரிகசிக்கவும் தொடங்கினார்கள். "உங்கள் சிவபெருமான் கையில் கனல் இருக்கிறதே! அவருக்கு விளக்கு எதற்கு ஐயா? விளக்கு ஏற்றத்தான் வேண்டு மென்றால் குளத்தில் நிறைய நீர் இருக்கிறது. அதை முகந்து வந்து விளக்கில் விட்டு எரியும்'' என்றார்கள்.

அந்த வார்த்தையைக் கேட்டதும் நமிநந்தியடிகளுக்கு மிக்க வருத்தம் உண்டாயிற்று. இறைவன் திருவருள் இருந்தபடி இதுவேயோ!' என்று வாடினார். திருக்கோயில் சென்று மனம் நைந்து அரனெறிப் பெருமான் சந்நிதியில் விழுந்தார்.

அப்போது அசரீரியாக ஒரு வாக்கு எழுந்தது. "நீர் கவலை அடையவேண்டாம். திருக்குளத்தில் உள்ள நீரை முகந்து வந்து விளக்கு ஏற்றும்" என்று இறைவன் திருவருளால் எழுந்தது உரை.

அதைக் கேட்டு மனம் உருகினார் தொண்டர். சென்னிமிசை நீர்தரித்த பிரான் திருவருளை எண்ணி வியந்தார். உடனே திருக் குளம் சென்று இறைவன் திருநாமத்தைக் கூறித் துதித்து நீரை முகந்துகொண்டு வந்தார். அரனெறி யப்பன் ஆலயம் அடைந்து அகலில் அதை வார்த்தார் ; திரியை முறுக்கிவிட்டு ஏற்றினார்.

என்ன வியப்பு! விளக்கானது சுடர்விட்டு எரிந்தது. உடனே ஆலயம் முழுவதும் பல விளக்குகளை ஏற்றினார். குளத்தில் நிறையத் தண்ணீர் இருக்கும்பொழுது அவருக்கு என்ன கவலை? மனம் கொண்டமட்டும் எங்கும் விளக்கு ஏற்றிவைத்தார். இரவு முழுவதும் எரிவதற்கு ஏற்றபடி விளக்கிலெல்லாம் நீர் வார்த்தார். இந்த நிகழ்ச்சியைக் கண்டவர் யாவரும் வியப்பில் ஆழ்ந்தனர். கேட்ட சமணரும் வியந்தார்கள்.

பின்பு அவ்விரவில் நமிநந்தியடிகள் தம் ஊருக்குச்சென்று செய்ய வேண்டிய நியமங்களை முடித்துச் சிவபூசை செய்தார். அப்பால் அமுதுசெய்து துயின்றார். விடியற்காலையில் எழுந்து சிவபூசை செய்து விட்டுத் திருவாரூருக்கு வந்தார். அரனெறித் திருக்கோயிலுக்குச் சென்று இறைவனை வணங்கிக் கோயிலுக்கு உள்ளும் புறம்பும் செய்ய வேண்டிய தொண்டுகளைச் செய்தார். மாலை வரவே முதல்நாள் போலவே குளத்து நீரால் எங்கும் விளக்கேற்றி இன்புற்றார்.

இவ்வாறே பல காலம் அரனெறியாலயத்தில் திருத்தொண்டு புரிந்து வந்தார் நமிநந்தியார். நாளடைவில் சமணர்களுடைய வலிமை குறையவே பழையபடி திருவாரூர் ஆலயம் விளக்கமடையத் தொடங்கியது. திருக்கோயிலில் திருவிழாக்கள் முறையாக நிகழ லாயின. நமிநந்தியடிகள் வீதி விடங்கர் திருவிளையாடலைக் காட்டும் விழாவையும் பங்குனி உத்தர விழாவையும் நடத்தினார்.

ஒருநாள் தியாகராசப்பெருமான் வழக்கப்படி அருகில் உள்ள மணலி என்ற ஊருக்கு எழுந்தருளினான். அப்போது எல்லாச் சாதியினரும் உடன் சென்று தொழுதார்கள். அக் காலத்தில் திருக் கோயிலுக்குள்ளே செல்ல இயலாமல் இருந்த சாதியினரும் தமக்காகவே இறைவன் வெளியே எழுந்தருளுகின்றான் என்ற உவகை யுடன் உடன்சென்று வழிபட்டு அன்பு மீதூர்ந்து இன்புற்றனர். அந்தக் கூட்டத்துடன் சென்ற நமிநந்தியடிகள், மணலியை அடைந்து இறைவன் திருவோலக்கத்தையும் சேவித்து மகிழ்ந்தார். அங்கிருந்து மீண்டும் வீதிவிடங்கப் பெருமான் திருவாரூர்த் திருக்கோயிலுக்கு எழுந்தருள, திருத்தொண்டரும் வழிபட்டார். அப்பால் இரவு வரவே தம் ஊர் சென்றார். சென்றவர் தம் தூய திருமனையினுள்ளே செல்லாமல் அயர்வினால் புறத்தே திண்ணையில் படுத்துத் துயிலத் தொடங்கினார்.

அவர் வாராமையை எண்ணி அவருடைய மனைவியார் வெளியே வந்து பார்க்க, அவர் திண்ணையில் உறங்குவதைக் கண்டார். "சிவ பூசையும் அக்கினி காரியமும் செய்து அமுதுசெய்த பிறகு பள்ளி கொள்ளலாமே" என்று தம் நாயகருக்கு அப் பெருமாட்டியார் உணர்த்தினார்.

நமிநந்தியார். "பெருமான் மணலிக்கு எழுந்தருளியபோது நானும் போனேன். எல்லாச் சாதியினரும் கலந்த கூட்டத்தோடு போனமையால் தூய்மை கெட்டது. ஆதலால் மறுபடியும் நீராடிவிட்டுப் பூசை செய்யவேண்டும். இங்கேயே நீராட வேண்டியவற்றைக் கொண்டு வா'' என்று சொன்னார். அவர் மனைவியார் அவற்றைக் கொண்டுவரும் பொருட்டு உள்ளே போனார்.

அயர்ச்சி மிகுதியாக இருந்தபடியால் நாயனார் மறுபடியும் துயிலில் ஆழ்ந்தார், அப்போது அவர் கனவில் வீதிவிடங்கப் பெருமான் எழுந்தருளி, "திருவாரூரில் பிறந்தவர்கள் எல்லாரும் நம்முடைய கணங்கள். அதை நீ காண்பாயாக!'' என்று திருவாய் மலர்ந்தருளி மறைந்தார். உடனே விழித்துக்கொண்ட தொண்டர், "இரவில் பூசை செய்யாமல் தூய்மை கெட்டது என்று இருந்தேனே! திருவாரூர்ப் பிறந்தவர் கூட்டத்தோடு தானே நான் சென்றேன்? அவர்கள் யாவரும் சிவகணங்களானால் அவர்களுடன் செல்வது எவ்வாறு தீட்டாகும்? இறைவன் நமக்கு இன்று

அறிவு கொளுத்தினான்" என்று எழுந்து, அப்படியே இறைவனுக்குப் பூசைசெய்தார். தம் மனைவியாருக்குத் தாம் கனவு கண்டதைச் சொன்னார்.

அன்று இரவு கழிந்து விடிந்தவுடன் மிக்க விரைவாகத் திருவாரூருக்குப் போனார். போனபோது அந்நகரில் இருந்த எல்லோருடைய உருவமும் தேசுடைய சிவகண உருவமாகத் தோன்றவே, அதிசயித்து முடிமேல் கைவைத்துக் கீழ்விழுந்து பணிந்தார். "இந்த உண்மையை இதுகாறும் அறியாமற் போனேனே!" என்று வருந்தினார். "உண்மையை உணர்வித்ததோடு இறைவன் இன்று இந்த அரிய காட்சியையும் காணச் செய்தானே!" என்று மகிழ்ந்தார்.

சிவகணமாகத் தோன்றியவர்கள் மீட்டும் பழைய உருவத்தோடு தோற்றம் அளித்தனர். "எம்பெருமான் நமக்கு மட்டும் உண்மையைப் புலப்படுத்த இது செய்தான்" என்று தெரிந்து ஆலயம் சென்று இறைவனைப் போற்றிப் புகழ்ந்தார் நாயனார்.

இவ்வாறே பல காலம் எம்பெருமானுக்குத் திருவிளக்குத் தொண்டும் பிற தொண்டுகளும் செய்து நீடு வாழ்ந்த நமிநந்தி யடிகள், இறுதியில் இறைவன் திருவடி நிழலில் கலந்து பேரின்பப் பெருவாழ்வைப் பெற்றார்.

★★★

9 788198 357144

Printed at Repro India Ltd.